இது எப்படி இருக்கு?

எழுத்து
'மாகோ'
('மா.கோ'விந்தராசு)
எனும்
வசந்தகண்ணன்

சிக்ஸ்த்சென்ஸ் பப்ளிகேஷன்ஸ்
29/(7/3) 'E' பிளாக், முதல் தளம்
மேட்லி சாலை, தி.நகர், சென்னை - 600 017
(ஸ்ரீசாய்ராம் பொறியியல் கல்லூரி அலுவலகம் எதிரில்)
தொலைபேசி : 2434 2771, 65279654.

- ISBN :978-981-08-1955-2
- Ithu
  Eppadi Irukku
- Author:
  MAGO
- Publisher:
  K.S.Pugalendi
- Address:
  Sixthsense Publications
  29/ (7/3) 'E' Block, Ist Floor,
  Madley Road,
  T.Nagar, Chennai-17.
  Ph:65279654, 24342771
- e-mail: sixthsensepub@yahoo.com
- Edition:
  First: March, 2009
- No part of this book may be reproduced or transmitted in any form without permission in writing from the author & publisher.
- Layout:
  Shrusti Graphics
  Chennai-17.
- Price:
  Rs.70

- இது
  எப்படி இருக்கு?
- 'மாகோ'
  ('மா.கோ'விந்தராசு)
  எனும்
  வசந்தகண்ணன்
- முதற் பதிப்பு   : மார்ச், 2009
- பக்கங்கள்   : 136
- விலை   : ரூ.70
- சிக்ஸ்த்சென்ஸ் பப்ளிகேஷன்ஸ்
  29/(7/3) 'E' பிளாக், முதல் தளம்,
  மேட்லி சாலை, தி.நகர், சென்னை - 600 017
  (ஸ்ரீசாய்ராம் பொறியியல் கல்லூரி அலுவலகம் எதிரில்)
  தொலைபேசி : 2434 2771, 65279654.
- மின்னஞ்சல்: sixthsensepub@yahoo.com
- இந்தப் புத்தகத்திலுள்ள எந்த ஒரு பகுதியையும் எழுத்தாளர் மற்றும் பதிப்பாளரின் அனுமதியை எழுத்து மூலம் பெறாமல் பதிப்பிக்கக் கூடாது.

அட்டைப் படம்...

கோ. ஆனந்தகண்ணன்

(சன் மியூசிக் புகழ்.
வெள்ளித்திரை நடிகர்)

வேண்டுகோள்...

இப்புத்தகத்தில் எழுதப்பட்டுள்ள துணுக்குகள், கட்டுரைகள் அனைத்தும் படிப்போரை சிரிக்கவும், சிந்திக்கவும் தூண்டுவதற்கே. எந்த பிரிவினரையும்; மதத்தினரையும்; நாட்டினரையும்; மொழியினரையும் எப்படிப்பட்ட வகையிலும் புண்படுத்துவது என் நோக்கமல்ல. (அத்துடன் படிக்கும்போதோ, படித்த பிறகோ படிப்பவர் அளவுக்கு அதிகமாக சிரிப்பதால் ஏற்படும் வயிற்றுவலி, கீழே விழுந்து அடிபடுதல் போன்ற விளைவுகளுக்கு அடியேன் பொறுப்பல்ல.)

-மாகோ. (ஆசிரியர்)

நன்றி...

இந்தப் புத்தகம் வெளிவர காரணமானவர்
திரு. **கோபிநாத்**
(விஜய் தொலைக்காட்சி
 நீயா, நானா புகழ்)

ஆதரவு...

என் மனைவி:
கோ. வசந்தகுமாரி

என் செல்வங்கள்:
கோ. ஆனந்தகண்ணன்
கோ. கோபிகண்ணன்
கோ. நித்திலக்கண்ணி

முன்னுரை

இசைக்கச்சேரிகளின் உச்சகட்டமாக, நிகழ்ச்சியின் இறுதியில் ஒவ்வொரு இசைக் கருவிகளையும் போட்டி போட்டுக் கொண்டு வாசிப்பார்கள்... இசைக்கலைஞர்கள். அப்படித்தான் இருக்கிறது இந்த 'இது எப்படி இருக்கு' தொகுப்பும்.

'மாகோ' அவர்களின் ஒவ்வொரு துணுக்கும் குறிப்பும் ஒன்றோடு மற்றொன்று போட்டி போட்டு சுவாரஸ்யத்தை அதிகரிக்கின்றன. ஒரே பதிவின் மூலமாக மொழி, இனம், இலக்கியம், மனோவியல் பார்வைகள், யதார்த்த வெளிப்பாடுகள் என அவர் அனைத்தையும் பதிவு செய்திருக்கும் விதம் அழகானது.

வாசிப்புக்குரிய பண்புகளோடு இந்த புத்தகத்தை தந்திருக்கும் மாகோ அவர்கள் நேசிப்புக்குரிய மனிதரும்கூட. என் நண்பரின் தந்தை என்ற அளவைத் தாண்டி நான் இந்தப் புத்தகத்தை ரசித்துப் படிக்கத் தேவையான எல்லா அம்சங்களும் பக்கங்கள் எங்கும் விரவிக் கிடக்கின்றன. அதுவே உங்களையும் ஈர்க்கும்... ரசிக்க வைக்கும்.

கோபிநாத்

அணிந்துரை

"...சிரிப்பதைப் பற்றித் தமிழில் பலவிதமாக வருணிப்பது உண்டு. 'விலாப்புடைக்க', 'சிரிச்சு வயிறு அறுந்து போச்சு', 'உருண்டு உருண்டு சிரிச்சான்' என்றெல்லாம் சொல்வார்கள்.

மாகோவின் 'இது எப்படி இருக்கு' துணுக்குகளைப் படித்தால் இந்த அனுபவங்கள் பல இடங்களில் ஏற்படும். (பல ஆண்டுகளுக்கு முன் வந்த 'பதினாறு வயதினிலே' படத்தில் ரஜினிகாந்த் மூலமாகப் பிரபலமான சொற்றொடர் 'இது எப்படி இருக்கு' அல்லவா?)

ஏன்? இவர் தொட்ட தலைப்புகளில் பெரும்பான்மை நகைச்சுவையில் தோய்த்து எடுக்கப்பட்டவை. பெண்கள், இளைய சமுதாயம், மனித மனத்தின் பலங்கள், பலவீனங்கள், அரசியல்வாதிகளின் பல்டிகள் எல்லாமே சிரிக்கவும், பின்பு சிந்திக்கவும் வைப்பவை.

குறிப்பாக நம் இளைஞர்களின் சினிமா மோகத்தை இவர் கிண்டலடிப்பது ரசிக்கத் தக்கது. அதிலே 'அடடா, இவர்களா நம் தமிழ்ப் பண்பாட்டைக் காக்கப் போகிற வர்கள்?' என்ற ஆதங்கமும் தெரிகிறது..."

பேராசிரியர் முனைவர்

எம்.ஆர்.ரங்கராஜன்,

முன்னாள் இயக்குநர்,

இந்தியப் பண்பாட்டு மையம்,

இந்தியத் தூதரகம், கயானா,

தென் அமெரிக்கா.

பொருளடக்கம்

1. ஏண்டி* 9
2. பெண்ணின் உணர்ச்சிகள்** 10
3. இயற்கை மருத்துவக் குறிப்புகள்* 11
4. விளையும் பயிர்** 15
5. ஊசியும் நம்மவர்களும்** 16
6. பூப்பெய்தல்*** 17
7. 'நாமும்' பழமொழிகளும்**** 19
8. பெண்களுக்கே உரித்த சிறப்புகள்*** 22
9. இரத்த ஜோதிடம்** 23
10. குக்கிராமத்தில் பொங்கல்**** 26
11. உடல், மன கணியம்**** 28
12. கடிகாரம்* 29
13. உலகின் முதல் தமிழ் இணையம்** 31
14. அதிசயமோ அதிசயம்* 33
15. மந்திரங்கள்**** 35
16. ஒற்றைத் தலைவலி (Migrain)** 37
17. யானை** 40
18. 'அடி உதவுவது போல...'*** 43
19. புத்தக வெளியீட்டு விழா** 44
20. "36-24-36" அழகி*** 47
21. செந்தமிழில் பேசுதல்* 50
22. பல இன திரைப்படங்கள்** 51
23. சென்னை சாலைப் போக்குவரத்து** 53
24. ஓர் ஆணின் வெற்றிக்குப் பின்னால்** 55
25. நா(ம்)ய்கள்*** 57
26. எண் கணியம் (Numerology)** 59
27. ஈ அடிச்சான் காப்பி* 61

28.	திருமணங்கள் - வெளியூர் பயணியின் பார்வையில்**	63
29.	பாண்டியனும் குதிரைகளும்***	66
30.	மூல இராசி பெண்களே**	68
31.	இடது, வலது***	70
32.	உலகத் தமிழர்கள்***	71
33.	முதன் முதலாக***	73
34.	பேய்களின் மாநாடு***	75
35.	நாட்டு நாளில் தமிழ் பாடல்**	78
36.	'ஐ லவ் யூ'**	80
37.	வானொலி பேட்டி***	82
38.	தமிழிலான பெயர்கள்***	84
39.	'தாயார்' தயார்****	86
40.	'கரணம் தப்பினால்...'**	88
41.	'நற்பணி – என் பணி'***	89
42.	'XXX' படங்கள்***	93
43.	கணினியில் முதல் தமிழ் எழுத்துக்கள்**	95
44.	தாயார் தினம்****	97
45.	வயதான பெண்கள்**	100
46.	மண் குதிரையை நம்பி**	102
47.	வரம்****	103
48.	என்னுடைய முன்பிறவி****	108
49.	பெண்களைக் கண்டாலே பயம்**	117
50.	நமக்கு என்ன தேவை?**	119
51.	'ஆரா' – மின்காந்த சக்தி***	120
52.	காட்டிக்கொடுப்போம்**	124
53.	அரிப்பும் – அதன் பலனும்*	126
54.	தத்துவம்****	127
55.	தீபாவளி வந்தது**	129
56.	தமிழ்க் கணினி கண்காட்சி*	131
57.	வாரணம் ஆயிரம்-ஒரு மகளின் கடிதம்**	133

You Tube www.YouTube.com / vasumgr

குறிப்பு: ஒவ்வொரு பக்கத்திலும், துணுக்குகளின் தலைப்புக் களுக்கு எதிரில் 1 லிருந்து 4 வரையிலான நட்சத்திரங் களைக் காணலாம்.

* என்ற ஒரு நட்சத்திர துணுக்குகளை விரும்பிப் படித்தால் தாங்கள் ஒரு குழந்தை போன்றவர்.

** என்ற 2 நட்சத்திர துணுக்குகளை விரும்பிப் படித்தால் தாங்கள் திருமண வயதைத் தாண்டியவர்.

*** என்ற 3 நட்சத்திர துணுக்குகள் அதிகம் உங்களுக்குப் பிடித்தால் தாங்கள் ஒரு குரு.

**** என்ற 4 நட்சத்திர துணுக்குகள் அதிகம் பிடித்தால் வெகுவிரைவில் தாங்கள் ஒரு ஞானி ஆகிவிடுவீர்.

1 ‘ஏண்டி’ *

“கீதா, எங்கே இருக்கே?”

“ஏண்டி?”

“படுக்கை அறையில் இருக்கிறாயா?”

“ஆமாண்டி”

நண்பர் வீட்டிற்கு சென்றிருந்தபோது அந்த வீட்டு மாமியாரும் மருமகளும் பேசிக்கொண்ட வசனங்கள்தாம் இவை.

இதில் கீதாதான் மருமகள். அப்படியானால் இந்த மருமகள் தன் மாமியாரை ‘வாடி’, ‘போடி’யென்றா அழைக்கிறார்?

மாமியாளுக்கு மருமகள் தன்னை இப்படி அழைப்பதில் பெரிய ‘குஷி’ (மகிழ்ச்சி). பின்னே இருக்காதா, மருமகள் மாமியாரை ஆங்கிலத்தில் ‘Aunty’ (அத்தை) என்று அல்லவா அழைக்கிறார்.

(ஏன் + Aunty = ‘ஏண்டி’, ஆமாம் +Aunty = ‘ஆமாண்டி’)

இப்படிப்பட்டவர்கள்தான் தனது பிள்ளைகள் தங்களை ‘மம்மி’ (Mummy), ‘டாட்’ (Dead) அல்லது ‘டாடி’ என்று அழைப்பதில் மாபெரும் இன்பம் காண்கின்றனர்.

“...டாக்டர், என் குழந்தைக்கு ‘வைட்டமின்’ வாங்கி கொடுக்கச் சொன்னார். மூணு மாத குழந்தைக்கு ‘A’, ‘B’, ‘C’, ‘D’, படிக்கத் தெரியுமா? ஏதும் எழுத்து இல்லாம தாங்க சார்...” (பக்கம்...13)

2 பெண்ணின் உணர்ச்சிகள் **

நம் பெண்கள் அளவுக்கதிகமான உணர்ச்சியுள்ளம் கொண்டவர்கள் என்ற ஒரு கட்டுரையை சில ஆண்டுகளுக்கு முன் பல்கலைக்கழக தமிழ் பேரவையில் படித்தேன்.

புரட்சி நடிகர், திருமிகு எம்.ஜி. இராமச்சந்திரன் (அப்போது தமிழ் நாட்டு முதலமைச்சர்) அவர்கள் இறந்தபோது, அந்த அதிர்ச்சியில் திருமணமான தமிழ்நாட்டுப் பெண்கள் தத்தம் தாலிகளை அறுத்து எறிந்தனர். பாவம் அந்த தாலியைக் கட்டிய அவரவர்களின் கணவர்கள் அங்குதான் அப்போது குத்துக்கல்போல 'குந்தியிருந்தனர்.'

இந்த உணர்ச்சியை அடிப்படையாகக் கொண்டுதான் இன்று பல 'கேபிள்' தொலைக்காட்சிகள் பெண்களையே கதைக் கருவாகக் கொண்டு தொடர் நாடகங்களை பல மாதங்களுக்கு ஓட்டுகின்றன. இதனால் எத்தனையோ பேர்களின் வீட்டில் அடுப்பு எரிகிறதே - பழைய, புதிய நடிகர்கள் என்று எல்லார் வீட்டிலும்தான்.

'என்னாங்க 'சனியன்' ஆரம்பிடுச்சு' - என் மனைவி அழைக்கிறாள். ('சனியன்' அல்ல 'ஜனனி' - என் காதுல தவறா விழுந்துடுச்சு...)

நேற்றையத் தொடரை இன்னைக்குக் கட்டாயம் பார்க்கணும். நாளை சந்திப்போம்.

'O' இரத்தப்பிரிவுக்காரர்கள் – நன்றாகப் பேசத் தெரிந்தவர்கள், நன்றாகப் பழகத் தெரிந்தவர் கள், அன்பானவர்கள்... (பக்கம்...23)

10

இது எப்படி இருக்கு?

3 இயற்கை மருத்துவ குறிப்புகள் *

1

காலையிலேயே, அடுத்த வீட்டுக்கார வயதான அம்மா, மயங்கி விழுந்துட்டாங்க. அந்த அம்மாவை நான் என்னுடைய வாகனத்தில் பக்கத்தில் இருந்த மருத்துவ மனைக்கு அழைத்துக் கொண்டு போனேன். அந்த அம்மாவுடைய மருமகளும் மகனும் உடன் வந்தார்கள்.

நானும் அந்த அம்மாவுடைய மகனும் வெளியே பேசிக் கொண்டு இருந்தோம். மருமகள் மருத்துவரைப் பார்த்து விட்டு வெளியே வந்தார். கணவர் தன் தாயைப் பற்றி மருத்துவர் என்ன சொன்னார் என்று கேட்டார். அதற்கு அந்த பெண் "ஆண்டிக்கு வாயில அதிகமா 'காலஸ்ட்ரால்' (Cholestrol)" என்றார். எங்க இரண்டு பேருக்கும் ஒன்றும் புரியவில்லை. இருதயம், இரத்தம் இவற்றில்தானே 'அது' இருக்கும்.

"அப்புறம் என்னஙக, டாக்டருக்கிட்ட, நான் அவங்க ளுக்கு ஒழுங்கா சோறு போடலைன்னு குறைசொல்றாங்க. வாய்க் கொழுப்புதானே" என்றாளே பார்க்கலாம். அதைக் கேட்டு எனக்கு மட்டும்தான் சிரிப்பு வந்தது.

2

அந்த வயதான அம்மாவுக்கு மருந்து வாங்க வெளியிலே வந்தோம்.

அப்போ எனக்குத் தெரிந்த ஒருவர் அடையாளம் தெரியாத அளவுக்கு உப்பி போய் அங்கே உட்கார்ந் திருந்தார். மனுசனுகிட்ட 'உடம்புக்கு என்ன ஆச்சு' என்று கேட்டேன். அவர் "ஒவ்வாமை (Side - effect),

கீழ்க்கண்ட இணைய மடல்குழுப் பக்கங்களுக்குச் செல்லுங்கள். பல்லாயிரம் தமிழர்கள் இணைந்து பயன் பெறலாம்.

http://groups.yahoo.com/group/Global-Tamils/
http://groups.google.com.sg/group/UniTamil-GT

டாக்டருக்கிட்ட வயித்து வலின்னு வந்தேன். அவர் ஒரு நாளைக்கு இரண்டு மணி நேரத்திற்கு ஒருமுறை சாப்பிடச் சொன்னார். நானும் சிரமப்பட்டு கோழி, ஆடு, பிராட்டான்னு சாப்பிட்டேன். அதான் இந்த ஒவ்வாமைக்குக் காரணம்" என்றார்.

"மருத்துவர் அதற்கு எதுவும் மருந்து தரலையா?" என்று கேட்டேன்.

"கொடுத்தார், சாப்பாட்டுக்கு மேலே அதை வேற சாப்பிடணுமா'ணு விட்டுட்டேன்" என்றார். எனக்கு சிரிப்பை அடக்க முடியவில்லை. 'போ, மருத்துவர் ஆறு மாசம் பட்டினி போடப்போறார்' என்று எனக்குள்ளேயே சொல்லிக்கொண்டு நகர்ந்தேன்.

3

மருந்து வாங்கும் இடத்திற்கு வந்து விட்டோம். அங்கு ஒரு பெண் ஒரு சிறிய பாட்டிலை காதில் தொங்கிய வளையத்தில் திணித்துப் போட்டுக் கொண்டு போனாள். அது எனக்கு புதுமையாக இருந்தது. "இது என்னம்மா புது மாதிரி மருந்தா?" என்றேன் அவளிடம்.

"ஆமாங்க, காதுவலிக்கு மருத்துவரை பார்க்க வந்தேன். அவரு இதை இந்த காதுல போட்டுக்கொள்ளச்

12

இது எப்படி இருக்கு?

சொன்னார். மருத்துவம் அதிகமா முன்னேறி விட்டது" என்று சொன்னாள். அப்படியெல்லாம் ஒண்ணுமில்ல. அந்த பாட்டிலில் இருந்த திரவத்தைத்தான் அவர் காதில் ஊற்றிக் கொள்ளச் சொல்லியிருக்கிறார்.

4

ஒருவர் மருந்து விற்பவரிடம் தன் குழந்தைக்கு 'வைட்டமின்' மாத்திரைக் கேட்டுக் கொண்டிருந்தார். அதற்கு மருந்து விற்பவர் "என்ன வைட்டமின், 'ஏ', 'பி', 'சி' எது வேண்டும்" என்று கேட்டார்.

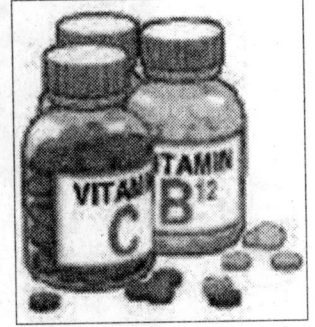

மருந்து வாங்க வந்தவர் எவ்வளவு நேரம்தான் பொறுமையாக இருக்க முடியும். "டாக்டர், என் குழந்தைக்கு 'வைட்டமின்' வாங்கி கொடுக்கச் சொன்னார். மூணுமாத குழந்தைக்கு 'ஏ', 'பி', 'சி', 'டி' படிக்கத் தெரியுமா? ஏதும் எழுத்து இல்லாம தாங்க சார். அவசரமா போகணும்" என்றார்.

5

வீட்டுக்கு வரும் வழியில் (ஓர் உணவு கடையில்) முன்பு மருத்துவமனையில் பார்த்த அந்த உப்பிப்போன மனுசனை பார்த்தேன். என்ன ஆச்சுன்னு தெரியலை மனுசன் 'லொள்... லொள்... லொள்...' என்று குரைத்துக் கொண்டு இருந்தான். "ஐயோயோ, என்னங்க உடம்புக்கு, மருத்துவரை பார்த்திட்டிங்களா?" என்று கேட்டேன். "பார்த்துட்டேன். அவர்தான் 'குரைச்சு' சாப்பிடச் சொன்னார். அதுக்காகத்தான் குரைச்சுக்கிட்டே சாப்பிடறேன்" என்றார்.

தமிழிலே எழுத்துப்பிழை (குறை) ஏற்பட்டதனாலே வந்த குழப்பத்தை எண்ணிச் சிரிச்சேன்.

6

இரவு நெடுநேரமாகி விட்டது. ஒரு சிறு காடு வழியாக வந்து கொண்டிருந்தேன். என் பக்கத்து வீட்டுக்காரர் அவசர அவசரமாக அங்கே இருந்த ஒரு முருங்கை

மரத்துல ஏறிக்கொண்டிருந்தார். ஏது என்னவென்று விவரம் கேட்டேன்.

"டாக்டர், ஒரு தைலத்தை சுடு நீரில் போட்டு வைச் சுட்டு ஆவியை பிடிக்கச் சொன்னார். அதான் இதோட மூணு முருங்கை மரம் ஏறிட்டேன். எதுலையும் ஆவியைக் காணும்" என்று ஏமாற்றத்தில் வருந்தினார்.

'அடப்பாவி' என்று நான் விழுந்து, விழுந்து சிரித்தேன்.

"என்னங்க, எழுந்திரிங்க. தூக்கத்திலேயே இப்படி சிரிச்சு, சிரிச்சு கீழே விழுந்திட்டிங்க'' என்று என்னை என் மனைவி எழுப்பி விட்டாள்.

என் மனைவியிடம் நடந்ததையெல்லாம் சொல்லி சிரிச்ச சிரிப்புல, வயித்துவலி வந்து இரண்டு பேரும் மருத்துவரைப் பார்க்கக் கிளம்பி விட்டோம்.

குறிப்பு: இயற்கை வைத்தியம் என்று தலைப்பைக் கொடுத்து விட்டு இப்படி சிரிக்கும்படியா ஆக்கிட்டிங் களே என்று கேட்டால், அதற்கு பதில் ''அதுதான் இயற்கை வைத்தியம்.''

சிரிங்க, மனம் விட்டு சிரிங்க. அப்போதுதான்
உடலும் உள்ளமும் நன்றாக இருக்கும்.
உங்களுக்கு நோய் நொடி வரவே வராது.

4. விளையும் பயிர் **

ஒரு தந்தை தன் எட்டு வயது மகனை எப்போதும் திட்டிக் கொண்டே இருப்பானாம். காரணம் அந்த இளவயது மகனுக்கு அளவிற்கு அதிகமாக விளையாட்டின் மீது ஆசை, படிப்பில் ஆர்வமில்லாமலிருந்தான்.

அந்த குட்டிப்பயல் காலையில் சீக்கிரம் எழுந்து சாலை ஓரத்திற்கு வந்து அங்குள்ள சாலையை துப்புரவு செய்யும் தொழிலாளிகளையும், அந்த குப்பைத் தொட்டிகளை அகற்றும் வண்டி ஓட்டியையும் கண்மூடாமல் பார்த்துக் கொண்டிருப்பானாம்.

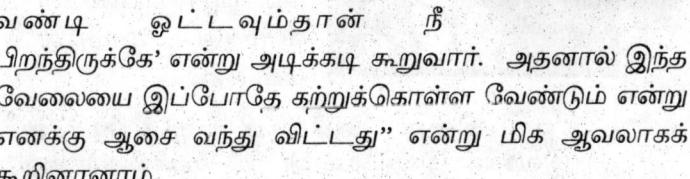

இதைக்கண்ட பக்கத்து வீட்டுக்காரர் - அவர் ஓர் ஆசிரியர் - அவனை ஏன் அப்படி செய்கிறாய் என்று கேட்டிருக்கிறார். அதற்கு அவன் "என் தந்தை என்னை, 'குப்பைக் கூட்டவும், குப்பைத் தொட்டி வண்டி ஓட்டவும்தான் நீ பிறந்திருக்கே' என்று அடிக்கடி கூறுவார். அதனால் இந்த வேலையை இப்போதே கற்றுக்கொள்ள வேண்டும் என்று எனக்கு ஆசை வந்து விட்டது" என்று மிக ஆவலாகக் கூறினானாம்.

இதைக்கேட்டதும் என் கண்களிலிருந்து இரண்டு சொட்டு கண்ணீர் வழிந்தது.

உங்களுக்கு...

...பெண்களுக்கு 'இரண்டு' மூளைகள் இருப்பதால் அங்கே எவ்வளவோ விவரங்களைத் தேக்கி வைக்கலாம் (Storage area). (பக்கம்...22)

5 ஊசியும் நம்மவர்களும் **

எங்கள் நாட்டில் வாழும் நம்மவர்கள் ஊசி போட்டுக் கொள்ளும் முன்னே மூர்ச்சையாகி விடுவது சர்வ சாதாரணம். ஊசி போடுவதற்கு முன் அவர்களிடையே ஒருவித பயம் ஏற்படுவதுதான் அதற்குக் காரணமாக இருக்கக்கூடும்.

இது குறித்து பலரும் எங்களை நையாண்டி செய்துள்ளனர்.

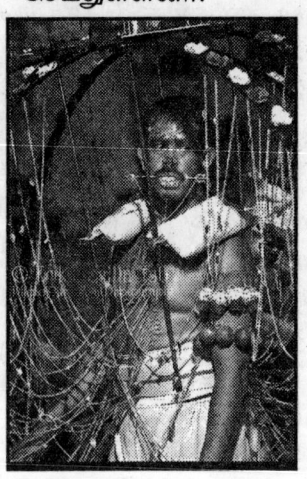

எங்கள் ஊரில் தைப்பூசத் திருவிழா ஆண்டுதோறும் தை மாதம் மிகச் சிறப்பாக நடைபெறும். அதில் வாண்டுகள் முதல் கிழவர்கள் வரை உடல் முழுதும் பெரிய பெரிய கம்பிகளைக் குத்திக் கொண்டு தத்தம் நேர்த்திக் கடன்களை நிறைவேற்றுவர்.

வெளியூர் பயணிகள் அதனை விழுந்து விழுந்து படம் பிடிப்பர்.

"ஒரு 'சின்ன' ஊசிக்குப் பயந்து மூர்ச்சையாகும் இவர்கள் இவ்வளவு பெரிய கம்பி ஊசிகளை உடம்பு முழுதும் குத்திக் கொண்டு வலம் வருகின்றனரே" என்று வேற்று இன நண்பர் ஒருவர் கேட்டார்.

"ஆமாம். அவர்கள்தான் தமிழர்கள். மனம் வைத்தால் இவர்கள் மலையையே பெயர்த்து எடுப்பர், ஒன்று என்ன ஆயிரம் ஊசிகளையும் குத்திக்கொள்வர். ஆனால் மனம் சோர்ந்தால் சிறிய ஊசியைக் குத்துவதற்கு முன் மூர்ச்சை அடைவது என்ன மூச்சையே விட்டு விடுவர்" என்றேன்.

இது எப்படி இருக்கு?

6. பூப்பெய்தல் ***

நான்கு இனத்தவர்கள் சேர்ந்து வாழும் எங்கள் நாட்டில், எங்கள் தமிழ்ச் செல்வங்கள் பதினான்கு, பதினைந்து வயதிலேயே காதல் லீலைகளில் ஈடுபட்டு விடுவது உண்டு. இந்த வயதில்தான் இவர்கள் முக்கியமாக சாதாரண கல்வி சான்றிதழுக்கு ('o' Level Certificate) தயாராகிக் கொண்டிருப்பர்.

இயற்கையால் உந்தப்படும் காதல் உணர்வுக்கும், வாழ்க்கையின் எதிர்காலத்தை முடிவு செய்யும் கல்விக்கும் இடையில் ஏற்படும் போரினால் பெரும் பாலான தமிழ்க் குழந்தைகள் கல்வியில் வெற்றிய டைவதில்லை. ஆனால் சீனக் குழந்தைகளில் வெகு சிலரே இப்படிப்பட்ட சூழ்நிலைக்கு ஆளாகின்றனர்.

ஒருமுறை எங்கள் நாட்டிலிருந்து வெளி வரும் ஒரு நாளேட்டில் ஓர் ஆய்வின் முடிவு வெளியானது. தமிழ் இனத்தைச் சேர்ந்த பெண் குழந்தைகள் மற்ற இன பெண் குழந்தைகளைவிட சில ஆண்டுகளுக்கு முன்னதாகவே வயதுக்கு வந்து விடுகின்றனராம். பாவம்,

நம் பெண் குழந்தைகள். இயற்கையிலேயே உணர்ச்சிகளுக்கு அதிகமாக அடிமைப்படும் இனத்தில் பிறந்தவர்களுக்கு இயற்கையினால் மற்றொரு சோதனையா?

இதனை என் ஆய்வு கட்டுரையில் படித்தேன். அதனைக் கேட்ட ஒரு தமிழ்ப் பெண் பேராசிரியர் (அவரின் பெயர் நினைவில்லை) "பொதுவாக பூமத்திய ரேகைக்கு அருகில் வாழும் பெண்கள் (நீக்ரோக்கள் உள்பட) குளிர் நாடுகளில் வாழ்பவர்களைவிட விரைவிலேயே வயதுக்கு (பூப்பெய்தல்) வந்து விடுகின்றனர்" என்றார்.

சூரியனால் தாவரத்திலுள்ள மலர்கள் மட்டுமல்ல மனித இனத்திலுள்ள பெண்களும் பூவாகி விடுகின்றனர்.

நாய்கள்: பெற்ற தாயால் கைவிடப்பட்ட, வெறுக்கப்பட்ட அல்லது தாயை இழந்த புலி, குரங்கு, பன்றிகளுக்கும்கூட பால் கொடுத்து இவை வளர்த்திருக் கின்றன.

அது மட்டுமா? நாய்களின் குணங்களுக்கும் நமக்கும் எவ்வளவோ ஒற்றுமைகள் உண்டு.

(பக்கம்...58)

7 'நாமும்' பழமொழிகளும் ****

"கடலாழம் காணலாம் பெண்ணின் மன ஆழம் காணவியலாது" என்பது பெண்களைப் புரிந்து கொள்ளப் பாடுபட்டவர்களின் அனுபவ மொழி.

அதுபோல் தமிழர்களின் மனதில் என்ன இருக்கிறது என்று அறிவதும் கடினம்.

இவர்கள் மனதில் ஒன்று வைத்துக் கொண்டு வெளியில் ஒன்று பேசுவார்கள்.

"கடலாழம் காணலாம். தமிழனின் மன ஆழம் காண வியலாது" என்ற மறுமொழி இதற்கு பொருந்துமல்லவா?

நம்மவர்களின் விமரிசனங்களைக் கேட்டுப்பாருங்கள்.

தனக்கு வேண்டியவர்கள் செய்யும் 'தவற்றை' - 'சரி'தான் என்று சொல்வதிலும்; சரியாகச் செய்த பகைவனை 'தவறு' இழைத்து விட்டதாக குறை கூறுவதிலும் நம்ம ஆட்கள் வல்லவர்கள்.

"மாமியார் உடைத்தால் மண்குடம்; மருமகள் உடைத்தால் பொன்குடம்"

நம்மவர்கள் நம் ஆட்களைக் காரணமில்லாமல் புகழ மாட்டார்கள்.

"மாமியாரை மெச்சின மருமகளில்லை, மருமகள் மெச்சின மாமியாரில்லை" போன்ற பழமொழிகளை நீங்கள் கேள்வியுற்றதில்லையா?

'பெண்ணுக்குப் பெண்ணே பகை'

ஆண்கள் பெண்களைப் பழிவாங்குவது அரிது. மற்ற இனத்தவர் தமிழர்களைக் கொடுமைப்படுத்துவது அரிது. காரணம் நாம், தமிழர்கள் மற்றவர்களுக்கு 'நன்றியுள்ள நாயாக', அன்பிற்கு 'அடிமையாக' உழைப்போம்.

'ஒரு பெண்ணை மற்றொரு பெண்ணுக்கு முன் புகழாதே' என்பது ஒரு பொன்மொழி.

இதைப்போல ஒரு தமிழனுக்கு முன் மற்றொரு தமிழனைப் புகழக்கூடாது.

புகழுக்கு ஆளானத் தமிழன் விரைவில் தூற்றலுக்கும் ஆளாவான்.

இறந்துபோன தமிழனுக்குத்தான், இருக்கும் தமிழன் பாராட்டு விழா நடத்துவான்.

தாழ்வு மனப்பான்மை என்பது பெண்களுடன் கூடப்பிறந்த சொத்து. தன்னை அலங்கரித்துக் கொள்ள அவள் படும் பாடு - பெரும்பாடு.

இயற்கையான தனது உயரத்தைக்கூட்ட குதிகால் உயர்ந்த காலணி அணிவது அவள் வழக்கம். (பெண்களே, கோபித்துக் கொள்ளாதீர்கள். அவ்வாறு நடந்து கொள்ளாத வர்கள் பெண்கள் அல்ல).

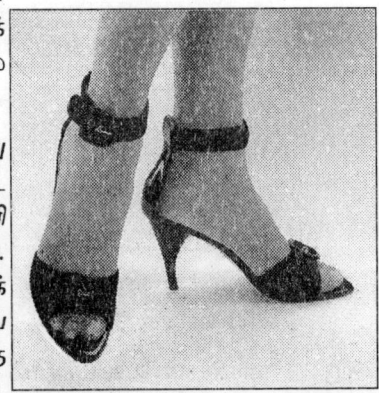

அதுபோல தமிழர்களின் தாழ்வு மனப்பான்மைக்கு அளவே இல்லை. மற்றவர் உணவினை, பண்பினை, மொழியினை போற்றுவதே தமிழனின் பண்பு.

மற்ற இனப் பெண்ணை மணந்து கொள்தல், மற்ற இனத்தவரோடு நட்பு கொள்ளுதல், மற்றவர்களின் மொழியில் பேசுதல் போன்றவை தமிழர்களுக்கு 'உயர்வை' அளிக்கும் செயல்கள்... இவ்வாறாக அந்த பட்டியல் மிகவும் பெரியதாக நீண்டு கொண்டே போகலாம்.

பெரும்பாலான குடும்பங்களில், மாமியாள் மருமகளை யும், மருமகள் மாமியாளையும் கொடுமைப்படுத்துவது இயற்கை.

மேற்கண்ட போக்கை "தமிழனுக்குத் தமிழனே பகை" என்ற பழமொழி விளக்குமே.

பெண்கள் அடிக்கடி மனம் மாறுவராம். அவர்கள் நிலையான கருத்துக்களை உடையவர் அல்லராம்.

பெண்கள் 'ஆம்' என்று பதில் சொன்னால், அதற்கு 'இல்லை' என்றும்; அவர்கள் 'இல்லை' என்று சொன்னால் அதற்கு 'ஆம்' என்றும் பல நேரங்களில் பொருள் கொள்ளவேண்டுமாம்.

அதுபோல தமிழர்களை புரிந்து கொள்வது மிக அரிது.

...இவ்வாறாக மற்றொரு பெரிய பட்டியல் நீண்டு கொண்டே போகலாம்.

பெண் என்பவள் ஒரு 'சக்தி'

அவள் சந்திரனால் ஆளப்படும் குணமுடையவள்.

ஆகவே பெண் குணங்களை உடைய நாமாகிய, தமிழனும் 'சந்திரனே.'

8 பெண்களுக்கே உரித்த சிறப்புகள் ***

"கணவனுடன் பேசிக்கொண்டிருக்கும் மனைவி வேறொரு அறையில் உறங்கிக் கொண்டிருக்கும் தன் குழந்தையின் சிணுங்கல் ஒலி கேட்டதுமே அக்குழந்தையை நோக்கி ஓடுவாள். மனைவி அப்படி திடீரென ஓடுவதற்குக் காரணம் தெரியாது விழிப்பான் கணவன்.

தனக்குப் பிடித்தத் தொலைக் காட்சிப்படத்தைக் கவனமாகப் பார்த்துக்கொண்டே சமையற் கட்டில் தனது மாமியாளும், நாத்தனாளும் பேசிக் கொண்டிருப்பதை ஒன்று விடாமல் ஒட்டுக் கேட்டுக் கொண்டிருப்பாள் மருமகள்.

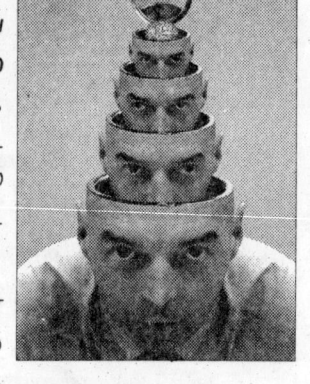

தனது தலையில் உள்ள மூளையின் இரு பக்கங்களையும் பயன்படுத்த பெண்களுக்கு வரம் அளித்துள்ளான் இறைவன். இது மருத்துவ ஆய்வின் மூலம் கண்டுபிடிக்கப்பட்டுள்ள உண்மை.

ஆண்கள் பாவம், தங்கள் ஒரு பக்க மூளையைத்தான் பயன்படுத்துகிறார்களாம். "என்னங்க நான் எவ்வளவு நேரம் பேசிக்கிட்டே இருக்கேன். நீங்க அந்த கம்ப்யூட்டரையே பார்த்துக் கிட்டிருக்கீங்க?" என்பது பெரும்பாலும் எல்லார் வீட்டிலும் ஒலிக்கும் வசனம்தான். உங்க வீட்டில் மட்டும் ஒலிக்கும் வசனமல்ல அது!.

பெண்கள் இரண்டு பக்க மூளைகளையும் பயன்படுத்துவதால் அங்கே எவ்வளவோ விவரங்களைத் தேக்கி வைக்கலாம் (Storage area). இப்பத் தெரியுதா பள்ளித் தேர்வுகளில் ஏன் பெண்கள் ஆண்களைவிட அதிக மதிப்'பெண்'கள் வாங்குகின்றனர் என்று!

இது எப்படி இருக்கு?

9 இரத்த ஜோதிடம் **

கைஜோதிடம், கட்டை விரல் ஜோதிடம், முக ஜோதிடம், உடல்களில் உள்ள பருக்களை வைத்து ஜோதிடம்...

இப்படி ஜோதிடம் பார்ப்பதில் ஒரு விவஸ்தையில்லாமல் போய் விட்டது!

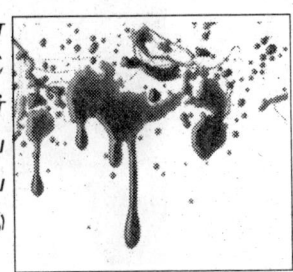

கொரியா நாட்டில் ஒருவரின் இரத்தப் பிரிவை (Blood Type) கொண்டு ஜோதிடம் பார்க்கிறார்கள். இங்கு குறிப்பாக திருமணப் பொருத்தம், இரத்தப் பிரிவை பொறுத்து முடிவு செய்யப்படுகிறதாம்.

கொரியா பெண்கள் 'B' வகை இரத்தப் பிரிவைச் சேர்ந்த ஆண்களை விரும்புவதில்லை. காரணம் இவர்கள் சுயநலவாதிகளாக இருப்பார்களாம். இவர்கள் அனாவசியமாக ஆத்திரப்படுபவர்களாம்.

அறிவியலாளர் (Scientists) ஒருவரின் இரத்த பிரிவிற்கும், அன்னாரின் குணவியல்புகளுக்கும் சம்பந்தமில்லை என்று அடித்துச் சொன்னாலும் அதை யாரும் நம்புவதில்லை.

இப்படிப்பட்ட ஜோதிடம் முதன் முதல் ஜப்பானில் 1927 ஆம் ஆண்டு தொடங்கியதாம்.

பிரபல ஜப்பானிய அறிஞர் டாக்கெஜி ஃபிருக்கவா இதுபற்றி பல ஆய்வுக்கட்டுரைகள் எழுதியுள்ளாராம். (Japanese Scholar Takeji Furukawa - 'The Study of Temperament through Blood Type')

- 'O' இரத்தப் பிரிவுக்காரர்கள் - நன்றாகப் பேசத் தெரிந்தவர்கள், நன்றாகப் பழகத் தெரிந்தவர்கள், அன்பானவர்கள்.

'A' இரத்தப் பிரிவுக்காரர்கள் - தன்னைப்பற்றிய சிந்தனை அதிகம் உள்ளவர். தன்னை எல்லா வழிகளிலும் சிறந்தவராக ஆக்கிக் கொள்வதில் ஆசையுள்ளவர்.

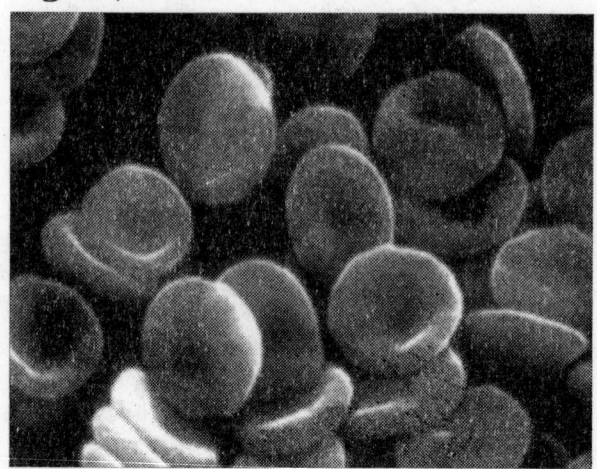

'AB' இரத்தப் பிரிவுக்காரர்கள் - அடிக்கடி குணம் மாறுபவர்கள், மற்றவர்களிடமிருந்து ஒதுங்கி வாழ்பவர்கள்.

'B' இரத்தப் பிரிவுக்காரர்கள் - (குறிப்பாக ஆண்கள்) நல்ல குணமிருந்தும் காதலர்களாக தகுதி யில்லாதவர்களாம்.

'B' பிரிவு கொண்ட ஓர் இளைஞனின் 'சுயநல' காதலை விளக்கும் படம் ஒன்று US$ 2.5 Million செலவில் படமாக்கப்பட்டு இதுவரை US$ 10 Million வரை இலாபம் ஈட்டி விட்டதாம்.

'கருப்புத்தான் எனக்கு பிடிச்ச கலரு' என்று தமிழ்த் திரைப் பாடல் ஒன்று இருக்கிறதல்லவா. அதுபோல 'பி - பிரிவு இரத்தம்தான் எனக்குப் பிடிக்காத இரத்தம்' போன்ற பாடல்கள் கொரியாவில் சக்கைப்போடு போடுகிறதாம். (பாடியவர்: Singer Kim Hyun)

"அண்ணே இந்தாங்க இது என் இரத்தம், நான் எப்போ பணக்காரன் ஆவேண்ணு சொல்லுங்க..."

"இது என்னடா வம்பா போச்சு, இதை டாக்டருக்கிட்டே கொண்டுபோய் கொடு. அவரு உனக்கு கேன்சர் இருக்கா இல்லையாண்ணு பார்த்துக் கொல்லுவாரு, 'உகும்'... சொல்லுவாரு..."

□ □ □

(ம்ம்... குறிப்பு: இதை படிச்சுண்டு எவனாவது புதுசா 'இரத்த ஜோதிட கடை' ஆரம்பிச்சாலும் ஆச்சரியம் இல்லை...)

மேலும் துணுக்குகள்
படிக்க ஆவலாக இருக்கிறதா?
கீழ்க்கண்ட மடல் குழுவில் சேருங்கள்.

MaGo-Anecdotes@googlegroups.com

அல்லது
கீழ்க்கண்ட இணைய தளம் செல்லுங்கள்:

http://www.iGlobal-Tamil.com
http://Global-Tamils.21publish.com

10 குக்கிராமத்தில் பொங்கல் ****

விக்கிரமம் என்ற குக்கிராமத்தில் வளர்ந்த எனக்கு அப்போது 6 வயது. பொங்கல் விழாவினை நான்கு நாட்களுக்கு வெகு சிறப்பாகக் கொண்டாடினர்.

அலங்கரிக்கப்பட்ட பசுக்கள், மஞ்சு விரட்டலுக்குத் தயாரான காளைகள், என்றும் இல்லாமல் தங்களை அலங்கரித்துக் கொண்ட என் அக்காமார்கள். அடடா... அந்த இன்பமான நாட்கள் இன்னும் என் உள்ளத்தில் பசுமையாக இருக்கின்றன.

அதற்குப் பிறகு தீபாவளி வந்தது. அந்த சமயத்தில் இறந்துவிட்ட எங்கள் தாத்தா, பாட்டிகளுக்குப் படையல் போட்டு 'ஓ' வென்று அழுது ஒப்பாரி வைத்தனர் எங்கள் வீட்டிலும் அண்டை வீடுகளிலும். அன்றுதான் அது ஒரு சோகமான விழா என்று தெரிந்து கொண்டேன்.

சிங்கப்பூருக்கு வந்தபோது எனக்கு 7 வயது. நான் அங்கிருந்தபோது மீண்டும் பொங்கல் வந்தது. அங்கொன்றும் இங்கொன்றுமாக சில்லரையாக ஆடு, மாடு, கோழி வளர்த்தனர். பல இடங்களில் தமிழர்கள் ஒன்றுகூடி மேடைகளில் 'பொங்கல்' விழாவையும் 'தமிழர் திருநாளையும்' போட்டி போட்டுக் கொண்டு கொண்டாடினர்.

26

இது எப்படி இருக்கு?

தீபாவளி வந்தது. சீனர்கள் மலிந்த எங்கள் ஊரில் எங்கு பார்த்தாலும் 'பட்டாசு' வெடிகளின் சத்தம்.

(இப்போதெல்லாம் அவற்றை வெடிக்க முடியாது). கோழி, மீன், ஆடு முதலியவை எங்களுக்காக தத்தம் உயிர்களைத் தியாகம் செய்திருந்தன. (புரியவில்லை, கோழிக்கறி, ஆட்டுக்கறி, மீன்கறி இவையெல்லாம் அப்புறம் எப்படி கிடைக்கும்.)

தீபாவளியை வடநாட்டுக்காரர்கள்தான் சிறப்பாகக் கொண்டாடுவராம். ஈழத்து தமிழன் இராவணனை இராமர் கொன்ற நாள் என்று, தீபாவளியன்று வடநாட்டுக்காரர்கள் பத்து தலை இராவணனை சிலையாகச் செய்து தீயிட்டுக் கொளுத்தினர்.

அந்த வயதிலேயே எனக்கு கவலை தோன்றி விட்டது.

நம்ம ஆள் செத்ததற்கு கிராமத்தில் சோக விழா, கொண்டாடினார்கள். ஆனால் இங்கு அதற்காகத் திருவிழா கொண்டாடுவதா?

> நாம் எப்போதும் வெண்ணீரையே (சுடுநீர்) குடிக்க வேண்டும். முக்கியமாக எண்ணெய் மிகுந்த மாமிச கறி உண்டபின் சுடுநீர் குடிப்பதால் அது நாம் உண்ட கொழுப்பினைக் கரைத்து விடுமாம். சளி போன்றவை பிடித்துக் கொண்டால் அடிக்கடி சுடுநீர் அருந்துவது நன்று. இல்லை யென்றால் சனி (சளி) பிடிக்க வாய்ப்புள்ளதாம்.

11 உடல், மன கணியம் (Biorythms') ****

உங்கள் உடல்நிலை, மனநிலை, அறிவு நிலை இம்மூன்றும் ஒரு குறிப்பிட்ட நாளில் எவ்வளவு உச்சத்தில் அல்லது பாதாளத்தில் இருக்கும் என்று தெரிந்தால் எவ்வளவோ காரியங்களை நீங்கள் சாதிக்கலாமாம்.

இப்படிப்பட்ட நிலையை அல்லது நிலையின்மையை கண்டுபிடிக்க 'Biorythms'' என்ற கணிய முறை உதவுகிறதாம். அறிவியலாளர்கள் இதற்கு ஆதாரம் இல்லை என்று சொல்கின்றனர். பலர் இது உண்மை என்று தலையில் அடித்துச் சொல்கின்றனர்.

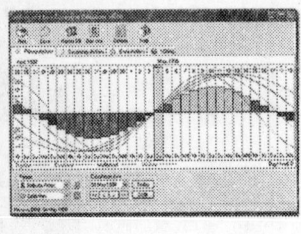

'உடல்நிலை' +100-ல் இருக்கும்போது உங்கள் உடம்பு நல்ல தெம்புடன் இருக்கும். உங்கள் உடலிலுள்ள சக்தியின் அளவு அப்போது அதிகமாக இருக்கும். ஓடுற பாம்ப மிதிக்கணும்போல இருக்கும். அதுவே -100 இருக்கும்போது உடல் ரொம்ப 'வீக்'கா இருக்கும். உடல், நரம்புத் தளர்ச்சிக்கு ஆளானதுபோல இருக்கும்.

'மனநிலை' உச்சத்தில் (+100) இருக்கும்போது மனம் மிக குதூகலமாக இருக்குமாம். ஆகக்கீழ் மட்டத்தில் உள்ளபோது (-100) மனம் பேதலித்து, குழப்பமும், கலவரமும் கூடி இருக்குமாம். சந்திரகோள் பூமியை சுற்றி வர 28 நாட்கள் ஆகும் என்பது இங்கு பொருத்தமாக உள்ளது.'

'அறிவு நிலை' உச்சத்தில் (+100) இருக்கும்போது ஒருவரின் அறிவும் மிக கூர்மையாக .இருக்கும். கீழ் மட்டத்திலிருக்கும்போது (-100) ஒருவரின் அறிவு மழுங்கிய நிலையில் இருக்குமாம்.

28

இது எப்படி இருக்கு?

12 கடிகாரம் *

முன்பெல்லாம் எங்கு பார்த்தாலும் கடிகாரங்கள் தொங்கிக் கொண்டிருந்தன. இப்போதெல்லாம் கடிகாரங்களைப் பார்ப்பது மிக அரிதாக இருக்கிறது.

சரி மற்றவர்களின் கைகளைப் பார்த்து நேரம் என்னவென்று தெரிந்து கொள்ளலாம் என்றால் ஏமாற்றம்தான் மிஞ்சுகிறது.

எல்லா கடிகாரணங்களும் ஒரே மாதிரியான நேரத்தைக் காட்டவில்லை.

சில கடிகாரங்களில் மணி பார்ப்பதே கடினமாக இருந்தது. அவை புதுவிதமான வடிவங்களில் உருவாக்கப்பட்டுள்ளன.

சீனர்களுக்குப் பிறந்த நாள் பரிசாக கடிகாரம் அளித்தால் போதும். உங்களை அவர்கள் வாழும் வரை மறக்க மாட்டார்கள். காரணம் கடிகாரத்தைப் பரிசாக நீங்கள் அவர்களுக்கு அளித்தால் அவர்கள் இறந்து போவதற்கு நீங்கள் நேரம் குறித்து விட்டதாக பொருளாம்.

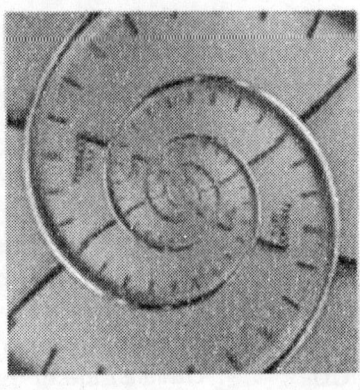

அண்மையில் ஆங்கில படம் ஒன்றைப் பார்த்தேன். பழைய படம்தான். ஆங்கில கருப்பினத்தவர்கள் அதிகம் நடித்த படம்.

அதில் ஒரு காட்சியில் மூன்று சுவர்க் கடிகாரங்களைக் காண்பிப்பர். அந்த கடிகாரத்தில் ஒரு கடிகாரம் பிற்பகல் 1 மணியைக்காட்டும். அக்கடிகாரத்தின் கீழ் 'நியூ யார்க்' நேரம் என்று குறிப்பிடப்பட்டிருக்கும்.

மற்றொரு கடிகாரம் நண்பகல் 12 என்ற மணியைக் காட்டும். அக்கடிகாரத்தின் கீழ் 'லண்டன்' நேரம் என்று குறிப்பிடப்பட்டிருக்கும்.

மூன்றாம் கடிகாரம் பிற்பகல் 3.34 மணியைக் காட்டும். அதன் கீழ் கருப்பு அமெரிக்கர் நேரம் என்று குறிப்பிடப்பட்டிருக்கும். அவர்களும் நம்மைப்போல் காலந்தவறுபவர்களாம்.

(இன்றைக்கு என் கைக்கடிகாரத்தை அணியாமல் வேலைக்குச் சென்று விட்டேன். அதான்...)

அறிவியல் முன்னேற்றத்தாலும், மனித இனத்தின் அலட்சியப்போக்கினாலும் காற்று மண்டலத்தில் ஓட்டை ஏற்பட்டு உலகம் வெம்மை யடைகிறது (Global warming). இதனால் விரைவில் எந்த மலையிலும் பனிக்கட்டியைப் பார்க்க முடியாது என்ற நிலை ஏற்படலாம். பனிக்கட்டிகள் சூடாகி, உருகி நீராகி விடுவதால் கடற்கரைகளை அலை விழுங்கி விடும். இரவின் குளிர் அகன்று வியர்வை கொட்டும். பெருகி வந்த இனப்பெருக்கம் அருகி விடும்.

13. உலகின் முதல் தமிழ் இணையம் **

1990ல் சிங்கையில் 'Teleview' எனும் சேவையை அரசாங்க தொலைத் தொடர்பு அமைப்பு (Telecoms Services) தொடங்கியது. அதுதான் சிங்கப்பூரின் முதல் 'இணையத் தளம்'.

இதில் முதன் முதலில் பள்ளிப் பிள்ளைகளுக்கான தேர்வு, கேள்வி - பதில்கள் இடம் பெற்றன.

அப்போது அடியேன் மக்கள் கழக ஒருங்கிணைப்புப் பேரவைத் தலைவனாக பணியாற்றிக்கொண்டிருந்தேன்.

அந்த 'இணையத்தளத்தில்' தமிழைக் கொண்டுவர முடிவு செய்தேன். அதற்கென கணினிக் குழு ஒன்று உருவாக்கப் பட்டது. தமிழ் எழுத்துக்கள் உருவாக்கப்பட்டன. அந்த தமிழ் எழுத்துக்களை அழகாக வடிவமைப்பதில் நான் அடைந்த இன்பம் இருக்கிறதே அதை விளக்குவது கடினம்.

அப்போது தமிழ்ப் பக்கங்கள் பல உருவாக்கப்பட்டன.

1. தமிழ் இலக்கியம்
    - அ. திருக்குறள்.
    - ஆ. கொன்றைவேந்தன்
    - இ. வெற்றிவேற்கை
    - ஈ. ஆத்திச்சூடி
    - உ. பழமொழிகள்
    - ஊ. உலகநீதி

2. தமிழ் மொழி
    - அ. தமிழ் மொழியைப் பற்றி
    - ஆ. எளிய தமிழ்

-எல்லா இனத்தினரும் தமிழ் கற்றுக்கொள்ள பாடங்கள் (டாக்டர் திண்ணப்பன் அவர்கள் எழுதியது.)

3. இந்தியர் பண்பாடு

    அ. நடனம் (கை முத்திரைகளுடன்)
    ஆ. இசைக் கருவிகள்
    இ. பாரம்பரியம்
        'கோலம்'
        'சமையல் குறிப்பு'
        தமிழர் விழாக்கள்
    ஈ. விளையாட்டுக்கள்

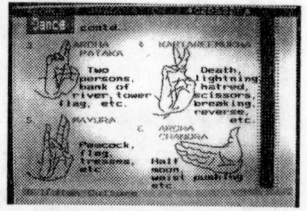

'பல்லாங்குழி' (அமரர் கணபதி அவர்களின் செயலி)
ஆடு புலி ஆட்டம் (அமரர் கணபதி அவர்களின் செயலி)
    உ. இன்னும் பல பக்கங்கள் ஆங்கிலத்திலும் மொழி பெயர்க்கப் பட்டன. இந்த பக்கங்களைப் பார்ப்பவர்கள்

அது பற்றி கருத்து மடல் அனுப்பவும் வழி ஏற்படுத்தப்பட்டது.

26-10-91-ல் அன்று தமிழ் நாடாளுமன்ற உறுப்பினர் ஒருவரால் அதிகாரப்பூர்வமாக இது வெளியிடப்பட்டது.

அவ்விழாவில் அடியேன் கலந்துகொள்ள முடியவில்லை. குழந்தை அல்லது தாயார் இவர்களுள் யாராவது ஒருவரைத்தான் காப்பாற்ற முடியும்! என்று குழந்தைபேறு மருத்துவர் கூறக்கேட்டதில்லையா, அதே சூழ்நிலை எனக்கு ஏற்பட்டது.

குழந்தை உயிருடன் பிறந்தால் அதுபோதும் என்று முடிவெடுத்தேன். ஆனால் பிறந்த குழந்தையை கவனிப்பாரில்லை. குழந்தையை வளர்க்க மீண்டும் 'செவிலித்தாயாக' (Maid) அழைக்கப்பட்டேன்.

விரைவிலேயே 'Teleview' அகால மரணமடைந்தது. 'தமிழ்க்கோவை'யும் 1993ல் முற்றுப் பெற்றது. சில ஆண்டுகளில் 'இணையம்' (Internet) உலகம் முழுவதும் பிறந்தது.

14 அதிசயமோ அதிசயம் *

இந்தியாவின் ஆக்ரா நதியில் சாஜகான் என்ற மன்னன் தன் மனைவி மும்தாஜின் நினைவாக கி.பி.1638-ல் தாஜ்மகாலைக் கட்டினான். இக்கட்டடம் தற்கால ஏழு உலக அதிசயங்களில் ஒன்றாகக் கருதப்படுகிறது.

இந்த அதிசயம், நேற்றுப் பிறந்த குழந்தைக்குக்கூடத் தெரியுமே!

எங்காவது ஒரு மனைவி தன் கணவனுக்காக இப்படி ஏதும் கல்லறைக் கட்டியிருக்கிறாளா?

ஆசியா மைனரில் ஆர்ட்டி மிஸியா என்ற அரசி தன் கணவன் கரியயிலே மௌஸோலஸ் என்ற மன்னனின் நினைவாக கி.மு.352ல் ஒரு கல்லறையைக் கட்டினாள். அழிந்து விட்ட அந்த கல்லறையும் பளிங்கு கற்களால் கட்டப்பட்டதாம். இது பழங்காலத்து ஏழு உலக அதிசயங்களில் ஒன்றாகக் கருதப்படுகிறது.

மற்றொரு அதிசயம்... கொடுத்து வைக்காத மனைவி ஒருத்தி அண்மையில் இறந்துபோன கணவனின் கல்லறையின் அருகே சோகமே உருவாக அமர்ந்து அவள் கையிலிருந்த பெரிய விசிறி ஒன்றால் அந்த கல்லறையை வீசிக் கொண்டிருந்தாளாம்.

இதைக் கேள்விப்பட்ட பல நாளேடுகளின் நிருபர்களும், புகைப்படக்காரர்களும் அங்கே குழுமி விட்டனர்.

அங்கிருந்த நிருபர் ஒருவர் கேள்விகளைக் கேட்க ஆரம்பிக்கிறார். 'உங்களுக்கு இறந்து விட்ட உங்கள் கணவர் மீது இவ்வளவு அன்பு ஏற்படக் காரணம் என்ன?

'ஐயா, என் கணவர் இறக்குமுன் என்னிடம் ஒரு சத்தியம் வாங்கிக் கொண்டார். அவர் கல்லறை காயும் முன் நான் மறுமணம் செய்துக் கொள்ளக்கூடாதாம். அதனால் கல்லறை சீக்கிரம் காய்வதற்காகத் தான் இப்படி விசிறிக் கொண்டிருக்கிறேன்' என்றாளாம் அந்த அன்பு மனைவி.

15

மந்திரங்கள் ****

மனிதர்களாகப் பிறக்க நாம் மாதவம் புரிந்திருக்கவேண்டும்.

அதுவும் நமது அன்றாட வாழ்க்கையில் கவலையும் மகிழ்ச்சியும் மாறி மாறித் தோன்றிட பெருந்தவம் செய்திருக்க வேண்டும்.

கவலை யார் யாருக்கு வருகிறது?

கவலைகளுக்கு வாழ்க்கையில் பஞ்சமே இருப்பதில்லை.

எல்லாமே சரியாக இருந்தாலும் ஏதோ ஓர் இனம்புரியாத கவலை மனித உள்ளத்தை அழுத்திக் கொண்டே யிருக்கும்.

கவலையேற்பட காரணங்கள் பலவுண்டு. அந்தக் கவலையை விடுவோம்.

உள்ளத்தில் புத்துணர்ச்சியை ஏற்படுத்திக்கொள்ள வேண்டும். 'காயத்திரி மந்திரம்', திருப்புகழ், திருவாசகம், தேவாரம் போன்ற எவ்வளவோ மந்திரங்களை நம் மூதாதையர் விட்டுச் சென்றுள்ளனர். அவற்றுள் ஏதாவது ஒன்று இதற்கு நமக்கு உதவும்.

□ □ □

புத்தமதத்தைப் பின்பற்றும் சீனர்கள் இறந்த தம் உறவினர்கள் ஆத்மா சாந்தி பெற சீன புத்தபிக்குகளை அழைத்து மந்திரம் ஜபிப்பதுண்டு.

'புத்தம், சரணம், கச்சாமி' போன்ற சொற்கள் உரு தெரியாமல் திரிந்து ஜபிக்கப்படுவதை உணரலாம். இதுபோன்று தாய்லாந்தில் இன்றும் (திரிந்த) திருவெண்பா பாடப்படுகிறதாம்.

பலகோடி முறை பாடப்பட்ட இந்த மந்திரங்களுக்கு நிச்சயமாக சக்தியுண்டு.

□ □ □

அண்மையில் என் மனைவிக்கும் எனக்கும் ஓர் அருமையான மந்திரம் கிடைத்தது. அந்த மந்திரம் கிடைத்ததன்பின் எங்கள் வாழ்க்கையில் கிடைத்த

ஆனந்தம் இருக்கிறதே, அதை எழுத்துக்களால் விளக்குவது கடினம்.

இப்போதெல்லாம் காலையில் எழுந்ததும் இந்த மந்திரத்தைத்தான் கேட்கிறோம்.

அதன்பின் அன்று முழுதும் எங்களுக்கு மகிழ்ச்சியாக இருக்கும்.

இரவில் படுக்குமுன் இந்த குறிப்பிட்ட மந்திரத்தைக் கேட்டு விட்டுத்தான் நாங்கள் தூங்குவது வழக்கம். அன்றைய இரவில் எங்களுக்கு உறக்கத்தின்போது தோன்றும் இனிக்கும் கனவுகளுக்குக் கேட்கவேண்டுமா?

‘தோ... தோ...நாய்க்கொட்டி
தொள்ளி வா நாய்க்கொட்டி
ஒன்னைத்தானே நாய்க்கொட்டி
ஓடியா நாய்க்கொட்டி...
கலுத்தில் மணியைக் கத்துவேன்,
கரியும் சோரும் போடுவேன்,
இரவில் இங்கு தங்கிடு,
எங்க வீட்டைக் காத்திடு’

ஆமாம், அயலூரில் இருக்கும் எங்கள் (2 வயது) பேத்தி எங்களுக்காக தொலைபேசியில் இந்தப் பாடலைப் பாடியபோது பதிவு செய்யப்பட்ட ‘மந்திரம்’தான் அது.

எங்களுக்கு அன்றாடம் புத்துணர்வைத்தரும் எங்கள் பேத்தியின் மழலைமொழி பாட்டுதான் தற்போதைக்கு எங்களுக்கு மந்திரம்.

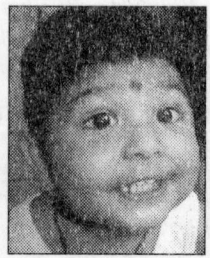

16 ஒற்றைத் தலைவலி (Migrain)**

இந்த 'Migrain'யை நினைத்தாலே தலைவலிக்கும். 'மைக்ரேய்ன்'னாலே தலைவலிதானே.

'ஒற்றைத்தலைவலி' என்று இதைச் சொல்வர். அப்படியானால் 'இரட்டைத் தலைவலி' அப்படியொன்று இருக்கிறதா?

'பையன் கையிலே கண்ணாடி புட்டியை வைச்சிருக்கான், அதுக்குத் தலைவலி போலிருக்கிறது' அப்படியென்றால் கண்ணாடி புட்டி உடையப் போகிறது என்று பொருள். மனிதனுக்குத் தலைவலியென்றால் அவன் 'புட்டுக்கப் போகிறான்' (மண்டையை போடுதல்) என்று பொருளா?

▢ ▢ ▢

சரி, நாம 'மைக்ரேய்ன்'னைப் பற்றி கதைப்போம்.

மைக்ரேய்ன் அதாவது ஒற்றைத் தலைவலி வந்தால் எப்படி வலிக்கும் தெரியுமா? அப்படிப்பட்ட வலியை விவரிப்பது கடினம்.

இந்த வயிற்றுவலியும், தலைவலியும் தனக்கு வந்தாத்தேன் தெரியும்!!

எனக்குப் பல ஆண்டுகளாக ஒற்றைத்தலைவலி இருந்தது. அந்த வலி வந்து விட்டதும் உடல் வியர்க்கும். வாந்தி (தமிழில் அதை இப்போதெல்லாம் 'வாமிட்டிங்'ன்னு சொல்றாங்கோ). வரும். பேசும்போது உச்சரிப்பு கெடும். எதிலும் கவனம் செலுத்த முடியாது. கண்ணுக்குள் நட்சத்திரங்கள் வெடிக்கும்.

இதற்கு என்ன வழி (மருந்து ஏதும் உண்டா)?

சுவரோடு போய் முட்டிக்கொள்ளலாம். ஆனால் அது பலமான சுவராக இருக்க வேண்டும். இல்லை யென்றால் அடுத்த நிமிடம் பக்கத்து வீட்டிற்குள், அந்த வீட்டு கணவன் மனைவிக்கு இடையில் போய் விழுந்து கிடப்பீர்கள்.

உங்கள் ஊரில் குட்டிச் சுவர் இருந்தால் நீங்கள் கொடுத்து வைத்தவர். கழுதை கெட்டா குட்டிச்சுவரு. தலைவலி வந்தாலும் அது மாதிரியான ஒரு சுவர் போதும். அங்கே போய் முட்டிக்குங்க. சுவரும் நல்லா சுரசுரப்பாக இருக் கும்.

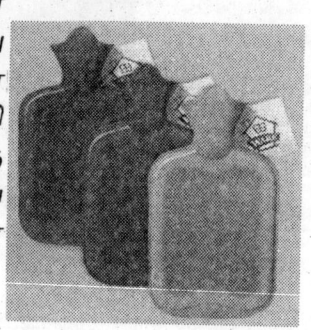

ஒரு நாளைக்கு அந்த கழுதை எங்கே போனால் என்ன?

சாதாரண வலிக்குள்ள மருந்து எதுவும் ஒத்துவராது. 'அக்யூபங்சர்' நல்லதாம் - அல்லது தைப்பூசத்திற்கு அலகு காவடி எடுக்கலாம்.

வெண்ணீரை ஒரு பிளாஸ்டிக் பையில் ஊற்றி தலையில் வைத்துக் கொள்ளலாம். (முக்கிய குறிப்பு: மருத்துவமனை அருகில் இருப்பது நலம் - பை வெடிச்சு

வெண்ணீர் வெளியானால் முடி, முகம் எல்லாம் பொசுங்கி போயிடும்'லே. என்ன விளையாட்டா?)

□ □ □,

எனக்கு யாரோ ஒரு நாட்டு மருந்து வைத்தியம் சொன்னார்கள். ஒரு சாதாரணக் குவளையில் 'திக்கா' காப்பி போட்டு (Strong Black Coffee) அதில் ஒரு எலுமிச்சை பழத்தை பிழிந்து குடித்தால் சற்று பலன் ஏற்படலாம்.

□ □ □

பெண்களுக்கு இது சர்வசாதாரணம். 'வீட்டிற்கு விலக்கு' வரும்போது அதுவும் வந்து விட்டுப் போகுமாம். சில திருமணம் ஆன பெண்களுக்கு கணவன் அருகில் வரும்போது 'மூடு' வராவிட்டால் 'அந்த' தலைவலி வந்து விடுமாம்.

இதனால் பல கணவர்களுக்கு இது பெரிய தலைவலி தரும் விஷயம்.

சிலருக்கு 'சாக்லேட்', 'பால்', 'வெண்ணெய்' போன்ற பொருட்களைத் தின்றால் ஒற்றைத்தலைவலி வருமாம்.

□ □ □

வயதாகி விட்டால் இந்த தலைவலி வருவதில்லையாம். தலையிலுள்ள இரத்த நாளங்கள் தளர்ந்து விடுவது அதற்கு முக்கிய காரணமாம்.

இந்த தலைவலி உள்ளவர்கள், எப்ப வயசாகப் போவுதோ அன்னைக்குத்தான் என் தலைவலி போகும் என்று வயதாகப் போகும் காலத்தை எண்ணி மகிழ்ச்சி யடையலாம்.

குறிப்பு: தலைவலியோ, வயிற்றுவலியோ வேறு எந்த உடல் கோளாறாக இருந்தாலும், ஆரம்பத் திலேயே நல்ல மருத்துவரை கலந்தா லோசித்து அதன் அடிப்படை காரணத்தை அறிந்து ஏற்ற மருந்துண்பதே சிறப்பு.

17 யானை **

யானைகளில் இரு வகைகள் உண்டு.

ஒன்று இந்திய யானை வகை. இதை ஆசிய யானை என்றும் சொல்வதுண்டு. இந்தியாவில் அதிகம் காணப்படும் இவை தாய்லாந்து, மலேசியா, பர்மா, ஈழம் முதலிய நாடுகளிலும் காணப்படுகின்றன.

மற்றொன்று ஆப்பிரிக்க யானை. இவை ஆப்பிரிக்கக் கண்டத்தில் காணப்படுகின்றன. இவற்றின் காதுகளைக் கொண்டு இவற்றை அடையாளம் கண்டு கொள்ளலாம். ஆப்பிரிக்க யானையின் காது இந்திய யானையைவிட மிகப் பெரியதாக இருக்கும்.

ஆசிய யானை

இந்த இருவகை யானைகளும் கூட்டம் கூட்டமாக, சமுதாயமாக வாழும். இவற்றுக்குப் பெண் யானைகள்தான் தலைமை தாங்கும்.

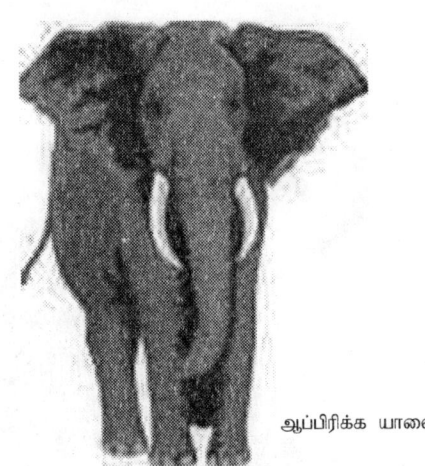

ஆப்பிரிக்க யானை

1990ல் சிங்கை நாட்டின் 25ஆவது ஆண்டு விழாக்கள் மிக மிக சிறப்பாகக் கொண்டாடப்பட்டன.

அவற்றுள் ஒரு மாதம் கொண்டாடப்பட்ட 'இந்தியர் பண்பாட்டு மாதம்' விழாவிற்கு யானைதான் அடையாள சின்னமாக இருக்கவேண்டும் என்று என் செயற்குழுவிடம் கேட்டுக் கொண்டேன். பலரால் வரையப்பட்ட எந்த யானைச் சின்னமும் எனக்குப் பிடிக்க வில்லை. ஆகவே நானே ஒன்று வரைந்தேன்.

23-3-1990ல் தொடங்கப்பட்ட அந்த விழாவின் தொடக்க நிகழ்ச்சியாக 'சாலை பண் பாட்டு அணிவகுப்பு' இடம் பெற்றது. அந்த மாபெரும் அணி வகுப்பில் முதலில் வருவதற்காக உயிருள்ள யானையை சிங் கப்பூர் மிருகக் கண்காட்சியில் 'கடன்' கேட்டோம். யானை, கூட்டத்தையும், இந்திய இசைக்கருவிகளின் ஒலியையும் கேட்டு மிரண்டு விடும் என்று தர மறுத்து விட்டார்கள்.

அதற்காக முழு அளவிலான 'செயற்கை' யானை செய்யலாம் என்று கூறினேன். அவ்வாறே

செய்யப்பட்டது. அதனுள்ளே சிறு ஊர்தி (Small Size jeep) பொருத்தப்பட்டிருந்தது.

விழாவிற்குப் பல வாரங்களுக்கு முன்னே நாடளவில் 'சிங்கே' எனும் சீன புத்தாண்டை முன்னிட்டு நடைபெற்ற அலங்கார அணி வகுப்பில் இந்த யானையை வலம் வர வைத்தோம். இது ஒரு சிறந்த விளம்பரமாக அமைந்தது.

பின்னர், இந்தியர் பண்பாட்டு விழாவின் தொடக்கமாக நடைபெற்ற மாபெரும் அணிவகுப்பில் 'யானை' கம்பீரமாக நகர்ந்து வந்தது.

அதன் இரு மருங்கிலும் ஏறக்குறைய 20 மேளக்காரர்களும், நாதசுவரர்களும் இசை முழங்கி வந்தனர். அப்போது அந்த 'யானை'யைப் பார்த்த எனக்கு 'யானை முகத்தோன்' எங்களையெல்லாம் வாழ்த்திச் செல்வதுபோலத் தெரிந்தது.

இது எப்படி இருக்கு?

18. அடி உதவுவது போல ***

"**அ**டி உதவுவது போல அண்ணன் தம்பி உதவமாட்டான்."

இதனால்தான் பிள்ளைகளை அடிக்கிறதுல தப்பே இல்லைண்ணு பலர் எண்ணுகின்றனர். அப்படி தாராளமாக அடிவாங்கும் 'நாளைய தலைவர்கள்', இன்றே கத்தியும், கட்டாரியுமாகத் திரிய ஆரம்பித்து விடுகிறார்கள்.

சரி, அப்படின்னா மேற்கண்ட பழமொழிக்கு என்னதான் பொருள் என்று நீங்கள் கேட்கலாம். (அப்படித்தான் கேட்கணும். இல்லைன்னா இதை 'அடி'யேன் எழுதுறதுல பலன் இல்லை.)

'நிகர்இல் அமரர்முனிக் கணங்கள்
விரும்பும் திருவேங் கடத்தானே!
புகல்ஒன்று மில்லா அடியேன் உன்
அடிக்கீழ் அமர்ந்து புகுந்தேனே'

நம்மாழ்வார் திருமாலின் திருவடிப் புகழைப் போற்றிப் பாடிய மேற்கண்ட பாடலை நீங்கள் கேட்டதில்லையா? இடர்கள் வரும்போது இறைவனின் திருவடிகளைப் பற்றிக் கொள்ள வேண்டும் என்று எத்தனையோ பாடல்கள் உள்ளனவே.

அண்ணன் என்னடா, தம்பி என்னடா (மற்ற உறவினர்களும்தான்) அவசரமான இந்த உலகத்திலே... யார் உதவா விட்டாலும் பரவாயில்லை. இறைவனை நம்புங்கள். அவன் உங்களைக் கைவிடமாட்டான். எந்த மதமானாலும் அவற்றின் 'அடி'ப்படை 'நம்பிக்கை'தானே.

19. புத்தக வெளியீட்டு விழா **

ஆறு தமிழர்கள் அமர்ந்து ஆனந்தமாகப் பேசிக் கொண்டிருந்தனர்.

அவர்கள் அனைவரும் எங்கள் குடிமக்கள்தான். வெளியூர்க்காரர்கள் அல்ல. அனைவருக்கும் சராசரி 50 வயதிருக்கும்.

பேசிக் கொண்டிருந்த இடம் ஒரு பொதுமக்கள் தோட்டம். அவர்கள் கூடியிருந்த மேசையில் பத்து, பன்னிரண்டு புத்தகங்கள் கூட்டம் போட்டிருந்தன.

அவர்கள் என்ன பேசிக் கொள்கிறார்கள் என்று கேட்க எனக்கு ஆசை. நானும் வேறு ஒரு நாற்காலியில் அமர்ந்து காற்று வாங்கிக் கொண்டிருந்தேன்.

◻◻◻

ஒருவன்: இதுவரை நான் ஐந்து கவிதைப் புத்தகங்களும், ஆறு சிறுகதைத் தொகுப்பும் எழுதியிருக்கிறேன்.

இரண்டாமவன்: அடடா, எங்களுக்கு இதைக்கேட்க பெருமையாக இருக்கிறது.

ஒருவன்: ஆனால் ஒரு புத்தகம்கூட விற்று முடிந்த பாடில்லை.

மூன்றாமவன்: விற்பதற்கு என்று நீங்கள் எழுத ஆசைப்பட்டால் எழுதுவதை விட்டு விடுங்கள்.

நான்காமவன்: அதுவும் சரிதான். அதற்காகத்தான் நானும் எழுதுவதை விட்டு விட்டேன்.

ஒருவன்: பணத்தை எதிர்பார்த்து எழுதுவது ஏமாற்றத்தை அளிக்கும் என்று எனக்கும் புரியும். ஆனால் யாராவது பிற்காலத்தில் இத்தனை புத்தகங்கள் எழுதியிருக்கிறேன் என்று கணக்கெடுத்து ஒரு பொன்னாடை கூடவா போர்த்த மாட்டானுங்க?

ஐந்தாமவ'ன்': (இது ஒரு தமிழ் படித்த கூட்டம், அதனால் இவர்களுக்கு மரியாதைக் கொடுப்போம்).

ஐந்தாமவர்: இப்படித்தான் பத்து ஆண்டுகளுக்கு முன் ஒரு புத்தகம் வெளியிட்டேன். புத்தக வெளியீட்டு விழாவிற்கு வந்தது இரண்டே பேர்தான். தலைமை தாங்க வந்த தலைவர், மற்றொருவர் புத்தகத்தை எழுதிய நான்.

ஆறாமவர்: இது தெரிஞ்சுதான் நான் என்னுடைய கவிதைத் தொகுப்பை வெளியிட 30 பேர்களை சிறப்பு விருந்தினர்களாக அழைச்சிருக்கிறேன்.

1. கவுரவ தலைவர்
2. கவுரவ தலைமை விருந்தாளி
3. புத்தக வெளியீட்டாளர்

4. தலைமை அறிவிப்பாளர்
5. வரவேற்புரையாளர்
6. அணிந்துரையாளர்
7. முன்னுரை ஆற்றுபவர்
8. புத்தகத்தை ஏற்றுக்கொள்ளும் முதல்வர்
9. வாழ்த்துரை வழங்குபவர்கள்
10. நன்றி உரை...
11. .....

இரண்டாமவர்: போதும், போதும் எனக்குப் புரிந்து விட்டது. வந்திருக்கும் அனைவருக்கும் பொன்னாடை, பூமாலை போட வேண்டியது. வந்தவங்க அதுல உருகிபோய் கையில இருக்கிறத கொடுப்பார்கள்.

ஆறாமவர்: அதுகூட முக்கியமல்ல. ஒவ்வொருவரையும் மேடைக்கு அழைக்குமுன்னே அவர்களைப் பற்றி இருக்கிறதும், இல்லாததுமா வர்ணிக்கும்போது அவனுகளுக்கு ஏற்படும் ஆனந்தம் இருக்கே, பத்து பீர் போட்டல் அடிச்சமாதிரி.

ஒருவர்: அந்த மயக்கம் தண்ணி போடுறதுமாதிரி அல்ல. பல நாட்களுக்கு போதையை கொடுக்கும். நாமும் புத்தகம் அச்சிட்ட செலவை சரிகட்டுன மாதிரி ஆகிடும், அவங்களுக்கும் மதிப்பும் மரியாதையைக் கொடுத்தமாதிரியும் ஆகும்.

□ □ □

அதற்குமேல் என்னால அங்கே உட்கார்ந்திருக்க முடியவில்லை.

'காலத்தை பணம் கொடுத்து வாங்க முடியுமா?' ஆசிரியர் கேட்டார்.

'கலாமின் விலை பல அணுகுண்டுகளின் விலைக்கு சமம்'– அரை குறை தூக்கத்திலிருந்த மாணவனின் பதில்.

ஆசிரியர், 'நீங்கள் இப்படி படிக்கும்போதே கனவு கண்டால், இளைஞர்களைப் பற்றிய முன்னால் அதிபர் கலாமின் கனவு எப்படி பலிக்கும்.'

20 "36-24-36" அழகி ***

'36-24-36' பெயரில் ஒரு தமிழ்ப் படம் உருவானது.

அத்தனை எண்களையும் கூட்டினால் '6' (3+6+2+4+3+6=24 =6) வரும். இந்த எண் ஆறு வெள்ளிக் கிரகத்திற்கு (Venus) சொந்தம்.

பாலியல், பெண்ணழகு போன்றவற்றையும் 'ஆறு' (வெள்ளிக் கோள்) குறிக்கும்.

(இது எண்கணிதப் பகுதி அல்ல. உடலைப்பற்றியது).

சிறந்த அழகிகளின் மார்பு, இடை, புட்டம் இவற்றின் சுற்றளவு இவ்வளவுதான் இருக்க வேண்டுமாம். (அந்த எண்கள் அங்குல அளவு).

புரியவில்லையென்றால் கீழே பாருங்கள்:

0
/00\\ - 36"
) (- 24"
( ) - 36"
V

'குறிப்பு: *சினிமா தணிக்கை அதிகாரிகள்' அந்த பெயருக்கு (36-24-36) அனுமதி தர மறுத்து விட்டனராம்.*

அழகான பெண்கள் திருமணத்திற்குப்பின் (பல) பெண்கள் உணவில் கட்டுப்பாடும் உடற் பயிற்சியும் இல்லாமல் பெருத்து விடுகின்றனர். இப்படி:

```
 ( )
/0  0\      -- 46
 ( )
             -- 46
 ( )
             -- 46
```

பாவம் திருமணம் ஆன ஆண்கள், அவர்கள் மனைவிகள் மேற்கண்டபடி பெருத்து போனபின் எங்கேயாவது '36-24-36' ஐக் கண்டவுடன் மயங்கி விடுகின்றனர்.

ஆகவே, மனைவிகள் கணவர்களை ஏங்கவிடாமலும், சலனமடையாமலும் பார்த்துக் கொள்ள, குறைந்தது கீழ்க்கண்ட அளவாவது இருப்பது நல்லது. (தயவு செய்து அதிகம் தூங்காதீர்கள்; சுவைக்காக அதிகம் உண்ணாதீர்கள், நாள்தோறும் உடற்பயிற்சி செய்யுங்கள்.)

```
 ( )
/0  0\      - 39"
 )  (
             - 27"
 (  )
             - 39"
  V
```

ஆண்கள் எப்படி இருந்தாலும் யாரும் கவலைப் படுவதில்லை. பல 'குடி'மகன்களும்,---- (Censored) நாட்டு போலிசுக்காரர்களும் கீழ்க்கண்டவாறு காட்சியளிக்கின்றனராம்.

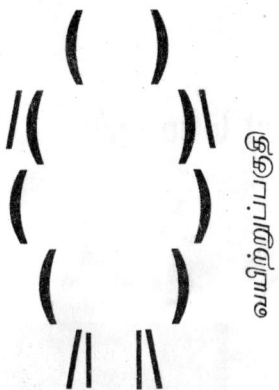

எனினும் பெரும்பாலான ஆண்கள் கொடுத்து வைத்தவர்கள். மனைவிக்கு முன்பாகவே மாரடைப்பு, இனிப்பு நீர் போன்ற கடவுச்சீட்டுகள் (Visa) வழி விரைவில் மேல் உலகம் சென்று விடுகின்றனர்.

''காயமே இது பொய்யடா வெறும் 'காலஸ்ட்ரால்' (Cholestrol) அடைத்த பையடா''

நாடி ஜோதிடர் சட்டென்று ஓர் இலையை எடுத்தார். அதன் நடுவில் கருப்பு மையை வைத்தார். பிறகு என்னை அந்த மையை உற்றுப் பார்க்கச் சொன்னார்.

'இதோ பாருங்கள், இதுதான் நீங்கள். 'வாசினனாக' வாழ்ந்த உங்கள் முற்பிறவி என்றார். என் கண்களை என்னால் நம்ப முடியவில்லை. வீடியோ படம் பார்ப்பது போல இருந்தது. **(பக்கம்...108)**

4

21 செந்தமிழில் பேசுதல் *

இன்றைய ஆனந்தவிகடன் கையில் கிடைத்தது.

அதன் 14ஆம் பக்கத்தில் - கீழ்க்கண்டவாறு எழுதி யிருந்தது:

"ஆனந்தக் கண்ணன், சிங்கப் பூர் பார்ட்டி 'நாட்டு புறவி யல் ஆய்வு செய்ய தமிழகம் வந்தேன். தொலைக்காட்சி வாய்ப்பு கிடைத்தது..." இதோ நீங்கள் நேர்கண்டு கொண்டு இருக்கிறீர்கள், விச்சு' என்று செந்தமிழில் பேசுகிறார். போனில் வெறும் அரட்டை அடிக்காமல் மயிலாட்டம், ஒயிலாட்டம், தெருக்கூத்து பற்றியெல் லாம் நேயர்களுக்குச் சொல்பவர்.

மற்றொரு இடத்தில் தமிழ்நாட்டைச் சேர்ந்த இன்னொ ருவர் 'வழுக்கி வழுக்கி தமிழ் துப்புகிறார்' என்று அவரைப் பேட்டிக் கண்ட 'விச்சு' என்பவர் குறிப்பிட்டிருக்கிறார்.

'சிங்கப்பூர்க்காரர் ஒருவர் செந்தமிழில்' பேசுகிறார் என்ற சொல்லைக் கேட்டால், சிங்கப்பூரைச் சார்ந்த எனக்குப் புல்லரிக்கிறது.

அருகிவரும் தமிழர் பழங்கலைகள் பற்றி தமிழ் மக்களுக்கு சிங்கப்பூர்க்காரர் ஒருவர் விளக்கம் அளிக்கிறார் என்றால் என் இரட்டிப்பு மகிழ்ச்சிக்குக் காரணம் கேட்க வேண்டுமா?

இதில் எனக்கு பெருமை என்னவென்றால் செந்தமிழில் பேசிய அந்த ஆனந்தக்கண்ணன் என்னுடைய மூத்த மகன் என்பதுதான்.

22. பல இன திரைப்படங்கள் **

1. தமிழ்

ஒரு தமிழ்த் திரைப்படம் வெற்றியடைய அப்படம் ஒரு 'மசாலா'வாக இருக்க வேண்டும். அதாவது பாட்டு, நடனம், சோகம், நகைச்சுவை, கற்பழிப்பு, கொலை, வீரம் எல்லாம் அதில் இருக்க வேண்டும்.

2. சீனம்

ஒரு சீனத் திரைப்படம் எதாவது ஒரு வகையாகத்தான் இருக்கும். எ-கா: திகில், அடிதடி, போர், நகைச்சுவை, மர்மம் போன்றவை. மசாலாவாக இருப்பது அரிது.

3. மலாய்

முன்பெல்லாம் பேய் படங்களாக இருக்கும். பின் வந்த திரைப்படங்கள் ஏறக்குறைய தமிழ்த்திரைப்படங்கள் போல இருக்கும். ஆனால் வளவளவென்று சுறுசுறுப்பில்லாமல் கதை போகும். இவர்கள் சில காலங்களாக இந்தித் திரைப்படங்களை அதிகம் பார்க்கின்றனர்.

விளையாட்டுப் போட்டியில் கலந்து கொள்ளப் போகிறீர்களா? இயன்றால் 'உடல்நிலை' உச்சத்தில் இருக்கும் நாளை தேர்ந்து எடுங்கள்.

தேர்வு எழுதப்போகிறீர்களா? இயன்றால் உங்கள் 'அறிவுநிலை' உச்சத்திலிருக்கும்போது தேர்வுக்கு அமருங்கள். மதிப்பெண் 100% கிடைக்கலாம்.

இசை அல்லது நடன, நாடக போட்டிகளில் கலந்து கொண்டு வெற்றிபெற ஆசையா? மேற்கண்ட மூன்று நிலைகளும் உச்சத்தில் இருக்கும்போது புகுந்து விளையாடுங்கள்.

அது சரி, நாம விரும்புகிற நாளில் தேர்வை, போட்டியை நடத்துங்கண்ணு சொல்றதுக்கு நாம யாருங்கணும்?

இதில் எவ்வளவு உண்மை இருக்கு, இல்லை என்று கண்டுபிடிப்பதற்கு நீங்கள் இதை விளையாட்டாக செய்து வாருங்கள்.

(பக்கம்...59)

http://www.foreshowing.com/bio.html

இது எப்படி இருக்கு?

23. சென்னை சாலைப் போக்குவரத்து **

அண்மைய என்னுடைய சென்னை பயணம் நன்றாகத்தான் அமைந்தது.

'அந்நியன்' என்ற படத்தைப் பார்த்தேன். அதில் கதாநாயகன் சாலையில் ஓடிக்கொண்டிருக்கும் வாகனங்களைப் பார்க்காமல் பின்னோக்கி நடந்து சாலையைக் கடந்துபோய் தன் காதலைத் தன் காதலியிடம் புரிய வைப்பான். அந்த காதலியும் அதை நம்பி வைப்பாள்.

அவன் மட்டுமல்ல சென்னையில் யார் வேண்டுமானாலும் அப்படி நடந்து காட்ட முடியும்.

மிருகங்களுக்கும், வாழ்க்கையில் விரக்தியடைந்து (தற்கொலை) செய்து கொள்ளும் அளவிற்கு நடந்து போவோர்களுக்கும் எந்தவித விபத்தும் இங்கு நடக்காது என்று உறுதியாக சொல்லலாம்.

எங்க ஊரில் (சிங்கையில்) எச்சரிக்கையாக சாலையைக் கடப்பவர்கள் இங்கு நடக்க நேரிட்டால் ஆள் 'சட்னி'தான்.

சாலையில் வாகனம் ஓட்டும் அனைவரும் ஏதோ 'சர்க்கஸ்' கம்பெனியில் வேலை செய்பவர்கள் போல திறமையாக வளைந்து, நெளிந்து ஓட்டுகின்றனர்.

'ஒரே வழி தடத்தில்' சில வாகனங்கள் எதிரேயும் ஓடி வருகிறது. சாலை எச்சரிக்கை விளக்குகள் பெரிய சாலைகளில் உதவினாலும், சிறு சாலைகளில் உள்ள விளக்குகளை யாரும் மதிப்பதில்லை.

சில விளக்குகள் எப்போதும் எரிவதில்லை.

இங்கு சாலையில் "எழுதப்படாத" 'சாலை சட்டங்கள்' (Unwritten Highway / traffic rules) பல அனைவராலும் பேணப்படுகிறது.

'எழுதப்பட்டுள்ள சாலை சட்டங்கள்' அமுலுக்கு வந்தால், வினாடிக்கு ஓர் உயிர் பலி ஆகலாம். ஆகவே போக்குவரத்து போலீசாரும், அரசும் இதை கண்டுகொள்ளாமல் இருப்பதுதான் நல்லது.

உலகில் எந்த ஊரிலாவது இப்படிப்பட்ட சாலை போக்குவரத்து உண்டா என்று நம்மை வியக்க வைக்கிறது சென்னை நகரம்.

1990ல் சிங்கை அரசின் ஏற்பாட்டில் நாட்டின் 25ஆம் நிறைவு விழா கொண்டாடப்பட்டது. அதன் ஒரு பகுதியாக ஒரு மாத காலத்திற்கு இந்திய பண்பாட்டு மாத விழா மிகப்பெரும் சிறப்பாக நடந்தது.

இந்தியர் பண்பாட்டு மாத விழாவின் ஏற்பாட்டுக் குழுத் தலைவராக அடியேன் அமர்த்தப்பட்டேன்.

இவ்விழா பற்றிய சிறப்பான குறிப்புகள் இந்நூலின் 2ஆம் பாகத்தில் இடம் பெறும்.

24 ஓர் ஆணின் வெற்றிக்குப் பின்னால் **

ஒரு சமுதாயத் தொண்டர் எப்போதும் கூட்டத்திற்கு தவறாமல் வந்து விடுவார். காலந்தவறாமல் வருவது மட்டுமல்ல, சில நாட்களில் ஒரு மணி நேரத்திற்கு முன்பாகவேகூட வந்து விடுவார்.

அவரைப்போல மற்ற தொண்டர்களும் பாடுபட வேண்டும் என்று பலமுறை அவரை பாராட்டியிருக்கிறேன்.

இப்படி அவர் விழுந்து விழுந்து செயலாற்றுவதற்கு அடிப்படை காரணம் ஏதாவது இருக்க வேண்டுமே!

அனைவருக்கும் முன்னிலையில் ஒருநாள் அவர் வெற்றிக்குத் தன்னுடைய மனைவியும் தாயாரும்தான் காரணம் என்ற உண்மையைக் கூறினார்.

ஒருநாள் நாங்கள் இருவரும் எங்கோ ஓரிடத்திற்குச் சென்று கொண்டிருந்தோம். அன்று அவர் சோகமே வடிவாக காட்சியளித்தார்.

காரணம் அறிய விழைந்தேன்.

'என்னால தாங்க முடியலை' என்றார்.

'என்ன, எதை தாங்க முடியலை?' என்று கேட்டேன்.

'என்னோட **மனைவியும், தாயாரும்தான்...** என்று இழுத்தார்... நீங்க கொடுத்து வைத்தவரு. அவங்க நீங்க இந்த மாதிரியான தொண்டுகளை செய்றதுக்கு துணையா இருக்கிறாங்களே' என்றேன்.

'அட நீங்க ஒண்ணு, படுக்கை அறைக்குள்ளே போனா என் மனைவி பேசிப்பேசி உயிரை வாங்குறாள்; வெளியில பொது அறைக்கு வந்தா என் அம்மா வுடைய தொணதொணப்புத் தொல்லை தாங்க முடியலே...

அதான் இந்த மாதிரி வெளியே வந்து ஏதோ தொண்டு செய்து கொண்டு இருக்கிறேன்' என்றார்.

எப்படியோ ஒருவனின் முன்னேற்றத்திற்குப் பின்னால் ஒரு பெண் என்ன, இரண்டு பெண்கள்கூட இருப்பதுண்டு என்று தெரிகிறது.

> உடலில் குறிப்பிட்ட சில பாகங்களில் அரித்தால் அதற்கு குறிப்பிட்ட பலன் உண்டாம். உதாரணத் திற்கு: வலது கண்ணில் அரித்தால் – மகிழ்ச்சி காத்திருக்கிறது.
>
> வலது தோளில் – நல்ல செய்தி வரப் போகிறது.
>
> வலது கையின் பின்புறம் – புது உறவு வரவு.
>
> வலது உள்ளங்கை – பண வரவு.
>
> மேலும் தெரிந்து கொள்ள இப்புத்தகத்தைத் தொடர்ந்து படியுங்கள். (பக்கம்...126)

25. நா(ம்)ய்கள் ***

நாய் எலும்பையும், ரொட்டியையும் தூக்கியெறியும் முதலாளிக்கு 'நாயா'கப் பாடுபடும். முதலாளியைக் கண்டால் வாலை ஆட்டும். இரவு பகலாக அவன் வீட்டைக் காக்கும்.

அவனுடைய உயிரையும் காக்கும்.

அந்த நாயின் சொந்த இனமான வேறொரு நாய் தன் முதலாளியின் வீடு வழி சென்றால் போதும், உரக்கக் குரைத்து அந்தத் தெருவையே இரண்டாக்கி விடும்.

□ □ □

நாமும் அப்படித்தானே.

நமக்குச் சோறுபோடும் எந்த இனமான முதலாளியாக இருந்தாலும் அவர்களுக்கு அடிமையாய் நடப்போம்.

வெள்ளைக்காரன் இந்தியாவை ஆண்டபோதும், ஏன் தமிழ்நாட்டை மற்ற மாகாணத்தைச் சேர்ந்தவர்கள் ஆண்டபோதும் நம்மவர்கள் நாயாக அடிபணிந்தார்கள்.

மாற்று நாட்டான் அல்லது இனத்தான் நம்மவர்களுக்குக் கடவுள் மாதிரி.

□ □ □

அந்நியரின் மொழியும், மதமும், பண்பாடும் இவனுக்குத் தன் சொந்த மொழி, மதம், பண்பாட்டை விட பன்மடங்கு மேல். மற்ற இனத்தவனின் உடையை அணியும்போதும், அவன் மொழியைப் பேசும்போதும்,

அவனருகில் அமர்ந்திருக்கும்போதும் ஏற்படும் 'ஒருவித மயக்கம்' இருக்கிறதே அது ஒரு தனி இன்பம் போங்கோ...!!

ஒன்றுக்கு மேற்பட்ட நாய்களை ஒரே இடத்தில் கண்டிருக்கிறீர்களா? குறிப்பாக தெரு நாய்கள் - தாயும் பிள்ளையானாலும்கூட ஒன்றை ஒன்று கடித்துக் கொண்டும் விரட்டிக் கொண்டும் இருக்கும்.

உணவு உண்ணும்போதும்கூட பெற்ற நாய் அருகில் வந்தால் அதை விழுந்து கடிக்கும். அல்லது பல்லை கொடூரமாக இளித்துக் கொண்டு உருமும்.

நன்றிக்குப் பேர்போன நாய்கள் 'ஒற்றுமையென்றால் மீட்டர் என்ன விலை' என்று கேட்கும். நம்மவர்களைப் போலத்தான்.

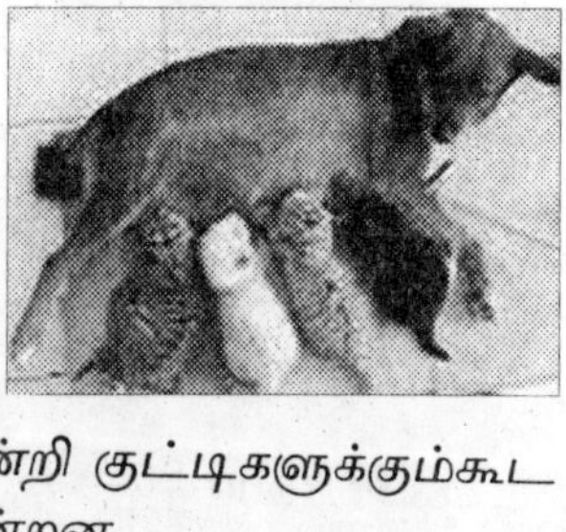

எல்லா நாய்களையும், 'நாய்' என்று சொல்லக்கூடாது.

ஒருசில நாய்கள் பெற்றோர்களை இழந்த புலி, குரங்கு, பன்றி குட்டிகளுக்கும்கூட பால் கொடுத்து வளர்த்திருக்கின்றன.

வாழ்க நா(ய்)ம்.

26 எண் கணிதம் (Numerology) **

*1972*ல் என் தாயார், 21 வயதான எனக்கு மணப்பெண் தேடினார்.

நான் விரும்பிய என் பக்கத்து வீட்டுப் பெண்ணை அவர் விரும்பவில்லை.

என் விருப்பத்திற்கு எதிராக ஒரு ஜோதிடரிடம் அழைத்துச் சென்றார்.

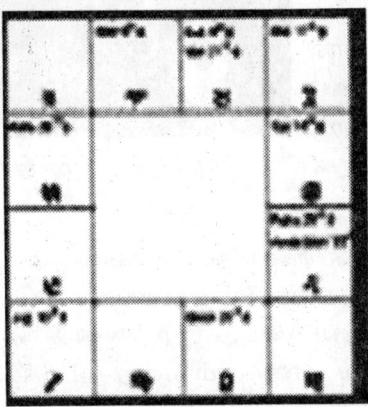

ஜோதிடர், என் அன்னைக்கு 'சாதகமாக' எனது திருமணம் கடல் கடந்த தமிழ் நாட்டில் தான் நடைபெறும் என்றார்.

எனக்கு கோபம் எல்லை மீறியது. 'என் திருமணம் இந்த நாட்டிலேயே (சிங்கை) நான் விரும்பும் பெண்ணுடன்தான் நடைபெறும்' என்று சபதம் செய்து விட்டு வெளியேறினேன். அடியேன் என் சபதத்தில் வெற்றியடைந்தேன்.

அதன் பின்தான் ஜோதிடம் (பிறப்பியம்) என்றாலே எனக்குப் பிடிக்காமல் போய் விட்டது.

எனினும் சில ஆண்டுகள் கழித்து 'ஜோதிடத்தில்' நாட்டம் ஏற்பட்டது. பல ஆயிரம் ஆண்டுகால கலை 'ஜோதிடக்கலை.' அரைகுறை சோதிடர்கள் அக்கலையைப் பணத்திற்காகப் பயன்படுத்துவதாக எண்ணினேன்.

பல சோதிட நூல்களை வாங்கி படித்தேன். சரசுவதி, யாழ்ப்பாண, பாம்பு, பழைய, புதிய (திருக்கணித

பஞ்சாங்கங்கள் போன்று பல இருப்பதைக் கண்டேன். அவற்றுள் சில ஒன்றுக்கொன்று முரணாக இருப்பதையும் கண்டேன். அடியேன் பிறந்த நேரத்திற்கான 'லக்னமே' அவற்றில் வெவ்வேறாக இருந்தது.

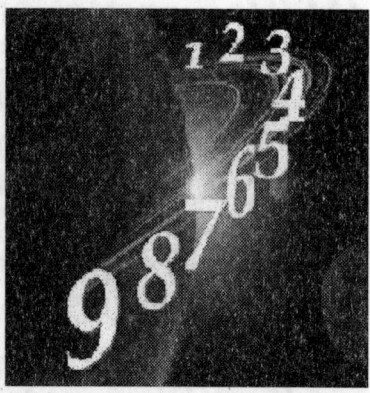

அது போனால் போகட்டும் ஜோதிடத்தினால் என்ன பயன் என்று காண ஆசைப்பட்டேன். என் சிறிய அறிவிற்கு ஜோதிடத்தில் கணிக்கப்படுபவை மாற்ற முடியாதவை என்று பட்டது. உரிய பரிகாரம் செய்தால் எல்லா பிரச்னைகளும் தீரும் என்றால் கூறப்பட்ட பரிகாரங்கள்கூட வெவ்வேறு மாதிரியாக இருந்தன.

'எண் கணியம்' மிக எளிதானது, அனைவரும் புரிந்து கொள்ள இலகுவானது. ஏற்படும் குறைகளுக்கு பெயரை மாற்றிக் கொள்வதாலோ, இரத்தினக் கற்கள் அணிவதாலோ நிறைவு காணலாம் என்ற நம்பிக்கையை அளித்தது.

ஆமாம் 'நம்பிக்கை'த்தான் நாம் வாழும் வாழ்க்கைக்கு அடித்தளம். இதுவும் ஒரு கலைதான். எக்கலையையும் முழுதாகக் கற்ற மனிதர் இல்லை. ஏனென்றால் மனிதன் வாழ்வதே குறுகிய காலம்தானே.

மாகோ – எண் கணியம் என்னும் என்னுடைய நூலினைப் படியுங்கள், வாழ்க்கையில் வெற்றி பெறுங்கள். இப்போதே புத்தகத்தை வாங்குங்கள். மேலும் தெரிந்து கொள்ள:

http://www.youtube.com/vasumgr

27. ஈ அடிச்சான் காப்பி

ஒரு மாணவன் தேர்விற்குப் படிக்காமல் தேர்வு எழுத வந்தான். அவனுக்குப் பக்கத்தில் அமர்ந்து தேர்வு எழுதிய மற்ற மாணவன் எப்போதும் வகுப்பில் சிறப்பாகப் படித்துத் தேறி வந்தான்.

அந்த படிக்காத மாணவன், பக்கத்தில் உள்ள சிறந்த மாணவனைக் 'காப்பி' அடிப்பது என்று முடிவு செய்தான்.

முதல் கேள்வியிலிருந்து இறுதி கேள்வி வரை பக்கத்தில் உள்ளவனைப் பார்த்தே 'காப்பியடித்து' பதிலும் எழுதி விட்டான்.

இன்னும் நேரம் இருக்கிறது.

பக்கத்து மாணவன் தான் எழுதிய பதில்களை மறுமுறையும் சரிபார்த்து விட்டு தேர்வுத்தாள்களை மடிக்கும்போது ஓர் ஈ பறந்து வந்து, அவனுடைய ஒன்பதாம் கேள்விக்கான பதிலை எழுதியிருந்த ஆரம்ப வரியில் அமர்ந்தது. அந்தக் கெட்டிக்கார மாணவன் அதை கவனிக்காமல் அதையும் சேர்த்து மடித்து விட்டான்.

பாவம், படிக்காத மாணவனுக்கு இக்கட்டான நிலை. எங்கே போய் 'ஈ'யைத் தேடுவது. அந்த குறிப்பிட்ட பதிலுக்குப் பக்கத்தில் 'ஈ' இருக்க வேண்டும் போலிருக்கே என்று பயந்து விட்டான்.

நல்ல வேளையாக பக்கத்தில் ஓர் ஈ பறந்து வந்தது. குறி பார்த்து அந்த 'ஈ'யை அடித்து பிடித்து விட்டான். அதை ஒன்பதாம் கேள்விக்கான பதில் எழுதியிருந்த முதல் வரியில் ஒட்ட வைத்து, தேர்வுத்தாளை ஆசிரியரிடம் கொடுத்து விட்டு பெருமகிழ்ச்சியோடு வீடு சென்றான்.

ஆசிரியர் இரு மாணவர்களுடைய பதிலும் ஒன்றாக இருந்ததைக் கவனித்தார். இரண்டு தேர்வுத்தாள்களிலும் அதே குறிப்பிட்ட இடங்களில் 'ஈ' இருந்ததால் அவருடைய ஐயம் தெளிந்தது.

'ஈ அடிச்சான் காப்பி' என்ற சொற்றொடர் இப்படித்தான் வழக்கில் வந்ததாம்.

வாழ்க 'ஈக்கள்.'

நீங்களோ, உங்களுக்கு வேண்டியவரோ யாராவது 12-ந்தேதி பிறந்தவர்கள் உண்டா?

இவர்கள் மிகவும் அறிவாளிகள். ஒருமுறை சொல்லிக் கொடுத்தாலேபோதும் புரிந்து கொள் வார்கள். நன்றாக பேசத் தெரிந்தவர்கள். பெரும் பாலும் இரவில் விழித்திருந்து பகலில் தூங்க ஆசைப்படுவார்கள். மற்றவர்களுக்கு அறிவுரை கூறும் இவர்களுக்கு சொந்தமாக எந்த முடிவும் எடுப்பது கடினமாக இருக்கும். பெண்கள் திரு மணத்திற்குப்பின் பெருத்து விடுவார்கள். ஆண் கள் சிகரெட்டுக்கு எப்போதும் அடிமையா கலாம்.

ஆமாம் அதெப்படி சரியாக சொல்கிறீர்கள் என்று கேட்கிறீர்களா? மாகோவின் எண் கணிய நூலைப்படியுங்கள்.

இது எப்படி இருக்கு?

28 திருமணங்கள் - வெளியூர் பயணியின் பார்வையில் **

சீனர்களின் திருமணம்

சீனர்கள் திருமணத்திற்கு அதிகம் செலவழிக்கின்றனர்.

இதில் சடங்குகள் ஏதும் இடம் பெறுவதில்லை. மோதிரம் மாற்றிக் கொள்கின்றனர்.

விலையுயர்ந்த ஓட்டல்களில் திருமணம் நடைபெறும். பத்து, பன்னிரண்டு வகை உணவு பரிமாறப்படும். அனைவரும் ஒரே சமயத்தில் வட்ட மேசைகளில் அமர்ந்து உணவு உண்பர்.

புதுமணத் தம்பதிகள் சாலையின் நடுவில் நிற்கும்போதும், ஓடும் வாகனத்தில் சவாரி செய்யும்போதும வீடியோ படங்கள் எடுத்துக்கொள்கின்றனர்.

அன்பளிப்பு: பெரும்பாலும் 'இரட்டை' எண்களிலான பணத் தொகையாக இருக்கும். எ-கா $88.00 லிருந்து $888.00

மலாய்க்காரர்களின் திருமணம்

மலாய்க்காரர்கள் மிக குறைந்த செலவில் திருமணம் செய்து கொள்கிறார்கள்.

மலாய், இந்தி பாடல்கள் ஒலிபரப்பப்படும்.

குடியிருக்கும் வீட்டின் கீழேயே எளிமையாக அலங்கரிக்கப்பட்ட மேடையில் திருமணம் நடைபெறும்.

மோதிரம் மாற்றிக்கொள்கின்றனர்.

பிரியாணி வகை உணவு ஒருநாள் முழுதும் பரிமாறப்படும்.

மலாய்க்காரர்கள் (வசதியானவர்கள்) தங்கள் வாழ்க்கையில் ஒருமுறைக்குமேல் நான்கு முறைகள்கூட திருமணம் செய்து கொள்ள வழியுண்டு. ஆகவே அவர்கள் அதற்காக அதிகம் செலவு செய்வதில்லை என்று என் நண்பர் ஒருவர் கூறினார்.

அன்பளிப்பு: எளிமையான பரிசுப் பொருட்கள் அல்லது *$10.00* விருந்து *$ 30.00*

தமிழர்களின் திருமணம்

தமிழர்கள் தாராளமாக செலவு செய்வர்.

ஏனென்றால் வாழ்க்கையில் ஒருமுறைதானே திருமணம் நடக்கிறது என்பது இவர்கள் அங்கலாய்ப்பு. திருமணம், பெரும்பாலும் கோவில்களில் அல்லது திருமண மண்டபங்களில் நடைபெறும்.

திருமணத்தை, குடுமி வைத்துக்கொண்டு, சட்டை போடாமல் ஒருவர் ஏதோ ஒரு புரியாத மொழியில் நடத்தி வைப்பார்.

பொருளற்ற சடங்குகள் இடம் பெறும்.

மணமகன், மணமகள் கழுத்தில் சுருக்குக் கயிற்றை மாட்டி விடுகிறார். அனைவரும் அவர்களை கையில் கிடைத்ததைக் கொண்டு அடிக்கின்றனர். அவற்றுள் மஞ்சள் அரிசியும் கலந்திருக்கும்.

உறவினர்கள் தத்தமுக்குள்ள மரியாதையை எதிர்பார்க்கின்றனர். சிலர் சிறிய பிரச்னைகளுக்காகக்கூட போபத்தோடு வெளியேறுகின்றனர்.

பெண்கள் கழுத்து நிறைய, கைநிறைய தங்க நகைகளைப் போட்டுக் கொண்டு ஆப்பிரிக்க காட்டுவாசிகளைப்போல காட்சியளிப்பர்.

திருமணம் முடிந்தவுடன், சில சமயங்களில் அதற்கு முன்பே விருந்தாளிகள் சாப்பாட்டிற்கு ஓடி விடுவர்.

இடம் கிடைத்தவர்கள் உண்டு கொண்டே மற்றவர்களுடன் கதை அளப்பதால் இடம் கிடைக்காதவர்கள பரிதாபமாகக் காத்திருப்பர்.

அன்பளிப்பு: உற்ற உறவினர் நகைகளை அளிப்பர். அல்லது $31 லிருந்து $ 101 வரை (தொகை எண் ஒன்றில் முடிய வேண்டுமாம்).

'அண்ணன் மட்டும் இரவிலே வெளியே போகலாம், நான் மட்டும் வெளியே போக முடியாதா?' என்று கேட்கும் மகளிடம் என்ன சொல்லப் போகிறீர்கள்... தொடர்ந்து படியுங்கள்...

(பக்கம்...87)

29 பாண்டியனும் குதிரைகளும் ***

பாண்டிய மன்னன் 'ஏடன்' போன்ற கடல் கடந்த நாடுகளிலிருந்து ஆண்டுக்கு ஆயிரக்கணக்கான விலை உயர்ந்த குதிரைகளை இறக்குமதி செய்துள்ளான்.

அவனிடம் குவிந்திருந்த முத்து போன்ற செல்வங்கள் அக்குதிரைகளுக்காக செலவிடப்பட்டன.

வாங்கிய குதிரைகளுக்குப் பச்சைப் பார்லிக்குப் பதிலாக வறுத்த பார்லி, வெண்ணெய் கலந்த தானியங்கள், காய்ச்சிய பால் முதலியவை உணவாகத் தரப்பட்டனவாம்.

குதிரைகளை முதலில் நாற்பது நாட்கள் கட்டி வைத்து மேற்கண்ட உணவளித்து கொழுக்க வைத்துள்ளனர். பின்னர் வீரர்கள் அதன்மேல் ஏறி பேய்களைப்போல ஓட்டியிருக்கின்றனர். (ஒருவேளை அவன் எதிரிகளைப் பயமுறுத்துவதற்கு இவ்வாறு செய்திருக்கலாம்.)

இது எப்படி இருக்கு?

அதனால் அவை ஓராண்டுகூட உயிருடன் இருந்த தில்லையாம்.

குதிரையை விற்ற நாடுகள் வேண்டுமென்றே அந்த குதிரைகளுக்கு லாடம் அடிப்பவர்களை பாண்டியனுக்கு அனுப்பி வைக்கத் தடை விதித்துள்ளன.

குதிரை வளர்க்கும் கலையையும் அவை பாண்டியனுக்குச் சொல்லித் தரவில்லை.

குதிரைகள் இக்காரணங்களால் குறுகிய காலத்திலேயே இறந்து விடுவதால் நம் பாண்டியன் 'Yearly Contract'ல் குதிரைகளை இறக்குமதி செய்துள்ளான். அப்படி வரும் குதிரைகள் கப்பலிலேயே இறந்து விட்டால் அதற்கும் அவனே நட்ட ஈடு கட்டியிருக்கிறான்.

இப்படியாகவே பாண்டியன் (தமிழன்) சொத்துகள் பிற நாடுகளுக்கு சென்றிருக்கின்றன.

30. 'மூல இராசி பெண்களே...' **

"பெண் 'மூலம்' நிர்மூலம்"- இது ஒரு பழமொழி.

திருமண வயதில் உள்ள மகனையுடைய பெற்றோர்களுக்கு இந்த பழமொழி 'அத்துப்படி.'

மணமகள் 'ஐசுவரியா'வைப்போல மூக்கும் முழியுமாக எவ்வளவு அழகாக இருந்தாலும் சரி அவள் 'மூல' நட்சத்திரமாக இருந்து விடக்கூடாது. அவளை ஏதோ ஓர் அருவருப்பான பொருளைப் பார்ப்பதுபோல பார்ப்பர்.

இதனால் எத்தனையோ 'மூல' நட்சத்திர பெண்கள் திருமணம் ஆகாமல் தவிக்கின்றனர்.

இப்படிப்பட்ட ஜோதிடத்தில் நம்பிக்கையுள்ளவர்கள் அந்த குறை அகல செய்யப்படும் பரிகாரங்களிலாவது நம்பிக்கை வைக்க வேண்டாமா? அதிலும் இவர்களுக்கு நம்பிக்கையில்லை.

அது சரி பண்பாட்டின் ஆணிவேர்களான பெண்களின் வாழ்க்கையைக் கெடுமாறு எந்த தமிழ் பழமொழி யாவது பொருள் தருமா?

'பின் மூலம் நிர்மூலம்' என்ற பழமொழிதான் மேற்கண்டவாறு திரிந்து விட்டது. ('பின்' என்ற சொல். 'பெண்' என்ற சொல்லாக மாறி விட்டது).

மூல நட்சத்திரத்தில் (எல்லா நட்சத்திரங்களையும்போல) நான்கு பாதங்கள் உண்டு.

ஜோதிடப்படி, மூலத்தில் இறுதி பாதமான 4ஆம் பாதத்தையுடையவர்கள் போர் வீரர்களாகத் திகழ்வராம்.

இவர்கள் போருக்குச் சென்றால் எதிரிகளை நிர்மூலமாக்கி விடுவராம்.

மூல நட்சத்திரப் பெண்களையும் வாழ விடுங்கள்.

இதனால்தான் 'ஜோதிடம் தனை இகழ்' என்று பாரதியார் (ஆத்திசூடி: 35) கூறினாரோ.

எங்கள் சீன சகோதரர்களுள்ளும் பல மதத்தைச் சேர்ந்தவர்கள் இருக்கின்றனர்.

இவர்களின் ஆடை அணியைக் கொண்டோ, நடந்து கொள்ளும் முறையைக் கொண்டோ யார் எந்த மதத்தைக் கொண்டவர் என்று அடையாளம் காண முடியாது....

(பக்கம்...85)

31. இடது, வலது... ***

கை ஜோதிடம் பார்ப்பவர்கள், ஆண்களுக்கு வலது கையையும், பெண்களுக்கு இடது கையையும் ஆராய்வார்கள். அது தவறு. எந்த கையை நாம் அதிகமாகப் பயன்படுத்துகிறோமோ அந்த கையைத்தான் முதலில் பார்த்து பலன் சொல்ல வேண்டுமாம்.

முதன் முதலாக கணவன் வீடு வரும் பெண்ணை 'வலது காலை எடுத்து உள்ளே வா' என்றோ, 'இடது கையால் கொடுக்காதே' என்றோ கூறுவதை அடிக்கடி கேட்டிருக்கிறோம்.

கோவிலை 'வலம்' வருவதும் உங்களுக்குத் தெரியும்.

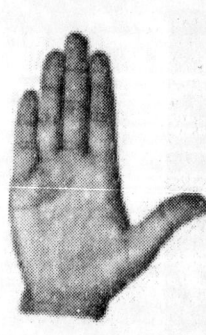

திருமண மேடையில் மட்டுமல்ல, சாதாரணமாக நிழற்படம் பிடித்துக் கொள்ளும்போதும் மனைவி கணவனின் இடப்பக்கம் தான் அமரவேண்டுமாம்.

இடது கையை 'காலைக் கடனு'க்குப் பயன்படுத்துவதால் அந்த கை 'சுத்தமற்ற கையாகக் கருதப்படுகிறது.' அதுமட்டுமல்ல இரண்டாம் தரமாக (தாரமல்ல) கருதப்படும் பெண்களும் இடது கைக்குச் சமமாக எண்ணப்பட்டிருக்கின்றனர்.

நம்மவர்கள் மற்றவர்களை மட்டும் உயர்வு, தாழ்வு என்று பிரிக்கவில்லை. தன் உடலிலேயே வலது பக்கத்தை உயர்வாகவும், இடது பக்கத்தை தாழ்வாகவும் பிரித்துக் கொண்டிருக்கின்றனர்.

இது எப்படி இருக்கு?

32 உலகத் தமிழர்கள் ***

தமிழ்ப் படங்களிலும் தொலைக்காட்சி தொடர் நாடகங்களிலும் மலேசியா தமிழராக வருபவர்கள், பெரிய தொழிலதிபர்களாகவும் நல்லவர் / கெட்டவர்களாகவும் காட்டப்படுகின்றனராம்.

சில ஆண்டுகளுக்கு முன் சிங்கப்பூர் நாடக மேடையில் ஏறிய ஒரு சில நாடகங்களில் தமிழ் நாட்டைச் சார்ந்தவர்கள் கண்ட இடங்களில் எச்சில் துப்புவதாகவும், சாலையோரங்களில் நிற்கும் மரங்களைக் கழிவிடங்களாக்குவதாகவும் காட்டினார்கள்.

சிலர் அதை குறை கூறினர். அந்த நாடகத் தயாரிப்பாளர், தமிழ் நாட்டு படக்காரர்கள் எங்களை ஏன் வில்லர்களாகச் சித்தரிக்கிறார்கள் என்று கேள்விகேட்டார்.

உண்மைதான். திரைப்படங்கள் அன்றிலிருந்து இன்றுவரை சிங்கப்பூர்க்காரர்களை வில்லனாகவே சித்தரித்து வந்திருக்கிறது. அதுவும் அமரர் எம்.ஆர்.ராதா சிங்கப்பூர்க்காரராக நடித்த படங்களைப் பார்க்க வேண்டுமே. அந்த நடிப்பைப் பார்த்தவர்கள்

எந்த இனத்தவரானாலும் சரி அந்த குறிப்பிட்ட இனத்தவர் எந்த நாட்டில் வாழ்கிறாரோ அந்த நாட்டிற்கென்றேயுள்ள சிறந்த குணங்களைக் கொண்டிருப்பர். 'சிங்கப்பூர்' – 35 (8) எண்ணுக் குரியது. இந்த எண்ணுக்குரிய நாடும், நாட்ட வரும் அதிக கட்டுப்பாடும், கண்ணியமும் உடையவர். (மேலும் அறிய 'மாகோ எண் கணியம்' நூலைப் படியுங்கள்).

சிங்கப்பூரர்களை மன்னிக்கவே மாட்டார்கள்.

(எ-கா: பாவமன்னிப்பு).

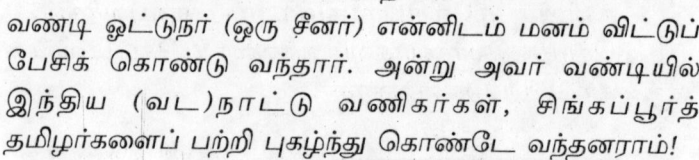

அண்மையில் ஒரு வாடகை வண்டி (Taxi)யில் பயணம் செய்தேன். வண்டி ஓட்டுநர் (ஒரு சீனர்) என்னிடம் மனம் விட்டுப் பேசிக் கொண்டு வந்தார். அன்று அவர் வண்டியில் இந்திய (வட)நாட்டு வணிகர்கள், சிங்கப்பூர்த் தமிழர்களைப் பற்றி புகழ்ந்து கொண்டே வந்தனராம்!

சிங்கப்பூர் தமிழர்களோடு வணிகம் செய்வது இந்தியாவில் உள்ள தமிழர்களோடு வணிகம் செய்வதைவிட எவ்வளவோ பாதுகாப்பானது என்று சொன்னார்களாம்.

எடுத்துக்காட்டாக, அவர்களில் ஒருவர் தமிழ்க் கடைக்காரர் ஒருவரிடம் பணம் அதிகமாகக் கொடுத்து விட்டாராம். அந்த கடைக்காரர் பணத்தை எண்ணிப் பார்த்து விட்டு பின்னாலேயே ஓடி வந்து மீத பணத்தைக் கொடுத்து விட்டுப் போனாராம்.

இன்னொருவர் கடையில் உணவு உண்டிருக்கிறார். அவர் பையிலிருந்து சில பணதாட்கள் கீழேக் குதித்துத் தற்கொலை செய்து கொள்ளும் முயற்சியில் ஈடுபட அதைப் பார்த்த ஒரு தமிழர் ஓடி வந்து பணத்தை எடுத்துக் கொள்ளச் சொன்னாராம்.

சிங்கப்பூர்த் தமிழர்கள் கண்ணியமானவர்கள், கட்டுப் பாடானவர்கள், மற்றவர்கள் பணத்திற்கு ஆசைப்பட மாட்டார்கள் என்று அந்த டாக்சி ஓட்டுநர் மற்றவர்கள் வழி அறிந்ததைக்கூறினார்.

நல்லவர்களும் கெட்டவர்களும் எங்கும் உண்டு. யார் யாரைச் சந்திக்கிறார்கள் என்பதைப் பொறுத்து நன்மைகளும் தீமைகளும் உருவாகும்.

33 முதன் முதலாக ***

எங்க நாட்டுக்கு வேலைக்கு வரும் இந்திய தொழிலாளிகளைப் பற்றி சில நண்பர்கள் கூறியவை.

"வேலைக்கு வந்த ஆரம்பத்தில் எதுவும் பேசமாட்டார்கள்."

எல்லா கட்டுப்பாடுகளுக்கும் சம்மதிப்பார்கள். சம்பளத்திற்கும் குறை சொல்லமாட்டார்கள். சில மாதங்களுக்குப் பின் எதற்கெடுத்தாலும் முணுமுணுப்பார்கள்.

இன்னும் சில மாதங்களுக்குப்பின் 'சட்டம்' பேச ஆரம்பிப்பார்கள்.

பின்னர் 'மனிதவள அமைச்சில்' (Ministry of labour) சென்று குற்றம், குறை சொல்லி எங்களுக்குப் பிரச்சினைத் தருவார்கள்."

***

திருமணமான புதிதில் மனைவியானவள் பேசவே தயங்குவாள்.

கணவன், அவள் பேசமாட்டாளா என்று ஏங்க வேண்டியிருக்கும்.

நாள் ஆக ஆக பேச ஆரம்பித்து விடுவாள். அப்போது கணவன் பேசாமலிருப்பான். (என்னத்தைப் பேசுறது).

இருவரும் பேசினால் அது வாய்ச்சண்டையில் கொண்டுபோய் விட்டு விடும்.

இன்னும் சில மாதங்கள் சென்று இருவரையும் பிரதிநிதிக்கும் வழக்கறிஞர்கள் வாதாடுவார்கள்.

மேற்கண்ட 'இருவருமே' சந்திரர்கள்தானே!? 'என்ன செய்வது உங்க 'சூரியனுங்க' ஒழுங்கா நடந்து கிட்டா நாங்க ஏன் பேசுறோம், வழக்கு போடுறோம்' என யாரோ சொல்வதும் காதில் விழுகிறது.

22-ஆம் பக்க தொடர்ச்சி...

பெண்கள் தங்களது இரு பக்க மூளை களையும் பயன்படுத்துவதால் அவர்கள் எளிதில் குழப்பம் அடைவது ஏதோ உண்மைதான். ஆனால் தேவை ஏற்படும் போது பெண்கள் தம் மனதை ஒருமைப் படுத்துவதில் வல்லுனர்கள். ஜப்பான் நாட்டில் மூன்று பெண் குழந்தைகள் தங்களது ஒருமித்த 'உள்ள சக்தியை' கண்வழி செலுத்தி உலோகக் கரண்டியை உருக்கி விட்டனராம். அம்மூன்று பெண் குழந்தைகளின் 'கார்ட்டூன்' வடிவத் திரைப் படம் திரையரங்குகளிலும், தொலைக் காட்சி களிலும் தற்போது சிறப்பாக ஓடுகிறது.

சிவபெருமானின் சுட்டெரிக்கும் நெற்றிக் கண் நினைவிற்கு வருகிறதா?

தைப்பூச விழாவிலும் சரி, தீமிதி விழா விலும் சரி பக்தியினால் 'சாமி' வந்து ஆடுவது பெண்கள் தான். எல்லா எண்ணங்களும் இறைவன் மேல் பதிக்கப்படும்போது தங்களின் நிலை மறந்து அவ்வாறு செய்து விடுகின்றனர்.

34 பேய்களின் மாநாடு ***

ஆறு நண்பர்கள் அமர்ந்து ஆனந்தமாகப் பேசிக் கொண்டிருந்தனர். அவர்கள் அனைவரும் எங்கள் குடிமக்கள்தான். வெளியூர்க்காரர்கள் அல்ல.

பேசிக்கொண்டிருந்த இடம் ஒரு பொதுமக்கள் தோட்டம். பின்னிரவு நேரம்.

அவர்கள் என்ன பேசிக்கொள் கிறார்கள் என்று கேட்க ஆசை. நானும் வேறு ஒரு நாற்காலியில் அமர்ந்து 'கொட்டாவி' விட்டுக் கொண்டிருந்தேன்.

□ □ □

ஒருவன்: இந்த வழியாக போறவங்க நாம ஆறுபேரும் மனிதனுங்கண்ணு நினைச்சுக்கப் போறாங்க...

இரண்டாமவன்: ஆமா, நாமெல்லாம் கண்ணுக்குத் தெரியாத ஆவிகளாச்சே...

மூன்றாமவன்: என்ன பண்றது ஆவியா அலைந்து திரியும்போது யாருமேலாவது தொத்திக் கொள்ள வேண்டியிருக்கிறது. அப்பத்தான் நாம நினைக்கிறதை பேச முடியும், செய்ய முடியும். யாருடைய கண்களுக்கும் தெரியாத நாம ஆறு பேரும் ஒண்ணா சேர்ந்து பேசுறதுக்கு இன்னைக்கு இந்த ஆறு மனிதபிண்டங்கள் கிடைச்சுது.

(ஐயயோ இதுக ஆவிகளாச்சே எனக்கு கை கால்கள் ஆட ஆரம்பிச்சுடுச்சு. இனி ஆவிகளை எப்படி 'உயர்திணை'யில் அழைக்க முடியும்?)

நான்காவது 'ஆவி': சரி ஏன் உன்னை எல்லாரும் 'பணப்பேய்'னு அழைக்கிறாங்க...

முதல் ஆவி (பணப்பேய்): இது என்ன கேள்வி, எனக்கு பணம்தான் பிடிக்கும். பணத்துக்காக நான் எதுவேணும்னாலும் செய்வேன். நேத்து ஒருமாமியாள் பணத்தைப் பற்றிக் கவலையே இல்லாமலிருந்தாள். இப்ப புது மருமகக் கிட்டேவரதட்சணையைக் கேட்டு கொடுமைப் படுத்துகிறாள். எல்லாம் என்னுடைய வேலைதான்.

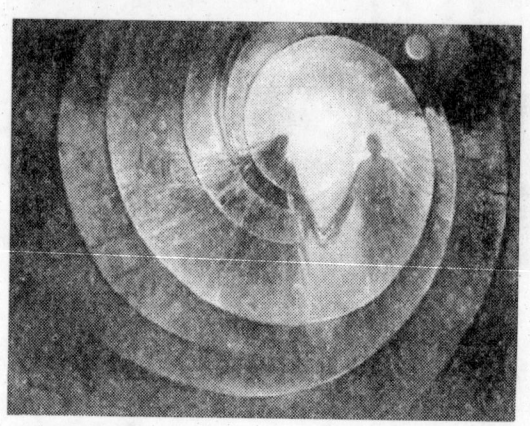

ஐந்தாவது ஆவி: ஆமா ஏன் உன்னை 'காமப்பேய்'னு சொல்றாங்க...

நான்காவது ஆவி (காமப்பேய்): அதுவா, 'அதுதான்', 'அது' இல்லாம என்னால இருக்க முடியலை. நேத்து ஒரு பணக்காரன் வீட்டுக்குள்ளே போய் அவனைப் பிடிச்சுக்கிட்டேன். அவன் மனைவி ஊரில இல்லை. வேலைக்காரி மட்டும் இருந்தா. நமக்கு காரியம் ஆகணும்'ல. இதுவரை அவன் பெரிய யோக்கியனாம். நான் பிடிச்சா எப்படிப் பட்ட யோக்கியனும் சரி, பெரியவனும் சரி அம்பேல்தான். வேலைக்காரி அந்த பணக் காரனை இழுத்துக்கிட்டு ஓடிட்டா.

முதல் ஆவி (பணப்பேய்): சரி நீ ஒரு 'தின்கிற பேயாமே.'

இரண்டாம் ஆவி (தின்கிற பேய்): உங்களைப் போலத்தான் நானும்; ஆனா தின்கிறதுக்குண்ணு அலைவேன். நான் பொண்ணுங்களைத் தான் அதிகம் விரும்புவேன், இப்ப நல்ல ஒரு குடும்பப் பொண்ணைப் பிடிச்சுக் கிட்டேன். தினம் நொறுக்குத்தீனி திண்ணுட்டு உப்பி போயிட்டா. அவளோட சாப்பாட்டுக்கே சம்பாதிச்சுப் போட்டுக்கிட்டிருந்த கணவன் ஓடிட்டான். நான் பிடிச்சிருந்தவளுக்கு இனிப்பு நீர் (தித்திப்பு நீர்) வந்து நாளைக்கோ இன்னைக்கோன்னு இருக்கா. இவள் மண்டையைப் போட்டதும் வேறு ஒருத்தியைப் பிடிக்கணும்.

(ஆறாவது ஆவி, கணினிப் பேய்): தன்னுடன் கொண்டு வந்த மடிக்கணினி (Lap top)ல் 'லப்...டப்...லப்...டப்...' என்று ஏதோ அடித்துக் கொண்டிருந்தது. அந்த பேய் வயது, பால் வேறுபாடின்றி அனைவரையும் பிடித்து ஆட்டி வைக்குமாம்.

இங்கே இருக்கிறதுல ஏதாவது ஒரு பேயி புடிச்சாலே அடியேன் 'அம்போ'தான் என்று அந்த இடத்தை விட்டு சத்தம் போடாமல் நழுவி விட்டேன்.

தந்தை வீட்டில் யாருமில்லாததால் உடலுறவு (XXX)சம்பந்தப்பட்ட படங்களைப் போட்டுப் பார்த்துள்ளார். மகன், சின்ன வாண்டுவும் இதை 7 வயது வரை கவனமாகப் பார்த்து வந்துள்ளது. அதன் விளைவு இப்புத்தகத்தைத் தொடர்ந்து படியுங்கள்....

(பக்கம்...93)

35. நாட்டு நாளில் தமிழ் பாடல் **

எங்கள் நாட்டுநாளன்று (National Day) ஒரு பெரிய விளையாட்டு அரங்கில் பல்லாயிரம் பேர்கள் குழுமியிருப்பர். அங்கு பல சீருடையினரின் அணிவகுப்பும், நடனங்களும், வெடிவேட்டுகளும் நடைபெறும்.

நிகழ்ச்சியின் ஆரம்பத்தில் தமிழ்ப்பாடல், மலாய்ப்பாடல் ஆகியவற்றைத் தொடர்ந்து சீனப் பாடல் இடம் பெறும். இவை தொலைக்காட்சியில் நேரடியாக ஒலி, ஒளி பரப்பப்படும். அந்த நிகழ்ச்சியை காணாதவர்கள் யாருமில்லை என்று கூறலாம்.

சில ஆண்டுகளுக்கு முன் தொலைக்காட்சியில் அப்படிப்பட்ட நிகழ்ச்சியில் திடீரென்று தமிழ்ப்பாடலை மட்டும் ஒளிபரப்பவில்லை.

அடியேன் உடனே சில நாளேடுகளுக்கு இந்த ஏமாற்றத்தை குறிப்பிட்டு எழுதினேன்.

அதில் 'தமிழ்ப்பாடலின் பொருள் மற்றவர்களுக்குத் தெரிய வேண்டிய அவசியமில்லை. ஆனால் மற்ற இன மக்களும் தமிழ்ப் பாடலைக் கேட்டு பழக வேண்டும். இதுதான் அதற்கான மிகப் பொருத்தமான வேளை' என்று எழுதியிருந்தேன்.

இது எப்படி இருக்கு?

அன்றிலிருந்து இன்றுவரை எல்லா நாட்டு நாள் நிகழ்ச்சிகளிலும் தமிழ்ப்பாடல் தவறாமல் இடம் பெற்று வருகிறது.

பல ஆண்டுகளுக்கு முன் தமிழில் அறிவிப்பு செய்தாலோ, தமிழ்ப்பாடல்கள் ஒலிபரப்பப்பட்டாலோ அதைக் கேட்கும் சீனர்களும், மலாய்க்காரர்களும் அந்த தமிழ்ச் சொற்களைப் பேசி கேலி செய்து சிரிப்பார்கள். (அதனால் தமிழைக் கேட்கும் தமிழர்களுக்கே அவமானமாக இருக்குமாம்).

ஆனால் அதெல்லாம் பழைய கதை. இன்று பல சீனர்கள்... தமிழ் பேசுகின்றனர்.

1988ல் சிங்கையில் ஒவ்வொரு தொகுதியிலும் இந்திய பண்பாட்டுக் குழுக்களை ஏற்படுத்த பாடுபட்டோம்.

ஆரம்பித்த இடங்களில் 5 வயதிற்குக் குறை வான சிறு குழந்தைகளுக்காக வார இறுதி 'தமிழ்மொழி' வகுப்புகளை நடத்தினோம்.

இதற்கு தமிழ் மக்களிடமிருந்து முழு வரவேற்பு கிடைத்தது.

அந்த சிறு குழந்தைகள் கணக்கு, ஆங்கிலம் போன்ற பாடங்களை வார நாட்களில் மற்ற இன குழந்தைகளுடன் படிப்பர். அப்படிப்பட்ட பாடங்களை மற்ற இனக்குழந்தைகளுடன் சேர்ந்து படிக்கவேண்டுமென்பதே அடியேன் விருப்பம்.

நம் குழந்தைகள் மற்ற குழந்தைகளுடன் ஒத்து போய்விடும். ஆனால் மற்ற இனக் குழந்தைகள் எண்ணிக்கையில் மிகக் குறைந்த நம் இனக் குழந்தைகளை அரவணைத்துப் போக இச்சூழ் நிலை பெரிதும் உதவுமல்லவா?

அந்த திட்டம் எங்கள் நாட்டு இன ஒற்று மைக்கு மேலும் வலு சேர்த்தது.

36 'ஐ லவ் யூ' **

'ஐ லவ் யூ' எனும் புதிய 'தமிழ்' வார்த்தைகள் மிக மிக சக்தி வாய்ந்தவையாக உலாவி வருகின்றன.

'உனனை நான் காதலிக்கிறேன்' என்று இதற்கு 'பழைய' தமிழில் விளக்கம் அளிக்கலாம்.

தமிழ் சினிமாக்களில் இந்த 'ஐ லவ் யூ' எனும் சொற்கள் கதையின் ஓட்டத்தையே தலைகீழாக மாற்றும் வல்லமையுடையதாக காட்டப்படுகிறது.

* * *

காதலன் தன் காதலியிடம் தன்னை 'ஐ லவ் யூ' எனச் சொல்லுமாறு கெஞ்சுவான்.

அவள் தட்டுத்தடுமாறி ''ஐ...'' என்று சொல்ல வாயெடுப்பாள்.

அதைக்கேட்டு மயங்கி ஓடி வரும் அவனை சாலையில் ஓடும் வாகனம் முட்டி மோதி கொன்று விடும்.

காதலி தன் மீதி வாழ்க்கையை கன்னியாக 'லவ் யூ' என்று சொல்லிக் கொண்டே முடித்துக் கொள்வாள்.

காதலி 'நான் உங்களைத்தான் கட்டிக் (திருமணம் அல்லது நிக்காஹ்) கொள்வேன் என்று சொல்வாள்.

அது அவனுக்குப் புரியாது.

அவன் 'ஐ லவ் யூ' என்று அவளிடம் சொல்லச் சொல்லி கெஞ்சுவான்.

உடனே கனவுக்காட்சி தோன்றும். எங்கு பார்த்தாலும் 'Love, Love, Love..' என்ற ஆங்கில வார்த்தைகள் பூக்களாலும், தோரணங்களாலும் அலங்கரிக்கப் பட்டிருக்கும்.

நான்குக்கு மேற்பட்ட நடனமாடும் ஆண்கள் அந்த காதலியைத் தூக்கி வருவர். இருபது, முப்பது பெண்கள் காதலனை இழுத்து வருவர்.

அப்புறம்... (அந்த கண்ணறாவியை எல்லாம் இங்கே எழுதக்கூடாது).

◻ ◻ ◻

இதையெல்லாம் அனுபவிக்க முடியாத வசதி இல்லாத இளையர் கூட்டம் விசில் அடிக்கும், நடனம் ஆடும்.

◻ ◻ ◻

'ஐ ஹேட் யூ' (I Hate you) தமிழ் (சினிமா) உலகமே.

37 வானொலி பேட்டி***

வானொலியில் ஒரு பெரியவரின் நேர்காணல் இடம் பெற்றுக் கொண்டிருந்தது. எங்கோ கேட்ட பழக்கமான குரல்தான். அவருடைய பெயர் உடனே நினைவிற்கு வரவில்லை.

கேள்வி: உங்கள் குழந்தைகளுக்கு எப்பப்போதெல் லாம் ஆலோசனை அளிப்பீர்கள்?

பதில்: கேட்கும்போது மட்டும்தான், எனக்குத் தெரிந்த ஆலோசனையை அளிப்பேன். வயதான பெற்றோர் கள் தன் வளர்ந்த குழந்தைகளிடம் தேவையில்லா மல் அறிவுரை சொல்லக் கூடாது. வயதானவர்கள் நாம் நமது வாயைக் கட்டுப்படுத்த வேண்டும். அத்துடன் நம் குழந்தைகளை அவர்கள் சிறு வயதி லிருந்தே நமக்குத் தெரியும். ஆகவே அப்படி எதுவும் புதிதாகக் கூற வேண்டியிருக்காது.

□ □ □

உண்மைதான். என் கருத்தும் அதுதான். இப்போதுள்ள இளையர்கள், 'எல்லாம் தெரிந்தவர்கள்.' அவர்களிடமிருந்துதான் நாம் கற்றுக் கொள்ளவேண்டும்.

இது எப்படி இருக்கு?

கேள்வி: சிலர், தன் வளர்ந்த பிள்ளைகளிடம் அவர்களை எவ்வாறு, எப்படிப்பட்ட இக்கட்டான சூழ்நிலையில் வளர்த்தார்கள் என்று அடிக்கடி கூறுவதைப் பற்றி உங்கள் கருத்து என்ன?

பதில்: இந்த நச்சரிப்பு தேவையற்றது. அவர்களுடைய பிள்ளைகள் பெற்றோர்களாகி தன் குழந்தைகளை வளர்க்கும்போது அவர்களுடைய காலத்திற்கேற்ற பிரச்னைகளை அனுபவிக்க நேரிடும்.

எடுத்துக் காட்டாக அப்போது என் மனைவி வேலைக்குப் போகாமல் வீட்டிலிருந்து குழந்தைகளை வளர்த்தாள். ஆனால் இப்போதைய இளம் தலைமுறை தாயார்கள் தன் குழந்தையை பணிப்பெண்ணிடம் (Maid) கொடுத்து விட்டு வேலைக்குப் போக வேண்டியுள்ளது. இல்லையென்றால் குடும்ப செலவிற்கேற்ற போதுமான பணம் கிடைக்காது.

என் மனைவியை அழைத்து, 'பார்த்தாயா, யாரோ வானொலியில் குடும்பத்துல வயதானவர்கள் எப்படி நடந்து கொள்ள வேண்டும் என்று அழகாக கூறுகிறார். இதைத்தான் நானும் சொல்கிறேன்' என்றேன்.

என் மனைவிக்கு தன் சிரிப்பை அடக்க முடியவில்லை. "வானொலியில் இப்போ யாரும் பேசலை. முன்பு பதிவு செய்த ஒலிப்பதிவு நாடாவைப் போட்டேன். அது உங்களுடைய நேர்காணல்தான். சென்ற ஆண்டு ஒலிபரப்பானது" என்றாள்.

38 தமிழிலான பெயர்கள் ★★★

நமது தமிழர்கள் எந்த மதத்தைச் சேர்ந்தவர்கள் என்று அவர்களைப் பார்த்தவுடனேயே கண்டு பிடித்து விடலாம். அல்லது அவர்களின் பெயரைக் கொண்டும் கண்டுபிடித்து விடலாம்.

☪ இசுலாமிய தமிழர்கள் குல்லா போட்டுக் கொள்வதுடன் ஒருவித குறுந்தாடியும் வைத்துக் கொள்வர். இவர்களுடைய பெயர்கள் 'அராபிய' பெயர்களாகவிருக்கும். 'அல்லா பிச்சை' போன்ற தமிழிலான பெயர்கள் மறக்கப்பட்டு வருகின்றன.

✝ கிறித்துவர்களும் அப்படித்தான். 'ஆரோக்கியசாமி' போன்ற தமிழிலான பெயர்கள் காணாமல் போய் விட்டன. பெயரைக் கொண்டு அவர் ஒரு 'வெள்ளைக்'காரராக இருக்கும் என்ற எண்ணம் ஏற்படும். பார்க்கும்போதுதான் அவர் ஒரு 'கருத்தோப்பியர்' என்று புரியும்.

ௐ இந்து தமிழர்கள் இப்போதெல்லாம் வடநாட்டு இந்துக்கள் பெயர்களை சமஸ்கிருத மொழியில் வைத்துக் கொள்கின்றனர். (உ-ம்:சதீஸ், சுரேஸ், வைஸ்னி, குஸ்னி...).

நம்மவர் அவர்களுடைய சாதி பெயர்களைக்கூட அவர்தம் திருமண அழைப்பிதழிலோ, மரணச் செய்தியிலோ மட்டும்தான் இணைத்துக் கொள்வர்.

எங்கள் சீன சகோதரர்களுள்ளும் பல மதத்தைச் சேர்ந்தவர்கள் இருக்கின்றனர். இவர்களின் ஆடை அணியைக் கொண்டோ, நடந்து கொள்ளும் முறையைக் கொண்டோ யார் எந்த மதத்தைக் கொண்டவர் என்று அடையாளம் காண முடியாது.

அவர்களுடைய பரம்பரை (Sir name) பெயர்கள்தாம் முதல் பெயராக இருக்கும்.

அவர்கள் பெயர்கள் யாவுமே சீன பெயர்கள்தாம். எ-கா: 'திரு டான் சின் செக்' என்பதில் 'டான்' என்பது பரம்பரை பெயர்.

இவர்கள் அவரவர் மத விழாக்களைக் கொண்டாடினாலும், ஒன்றாக இணைந்து கொண்டாடும் சீனப் புத்தாண்டு அரை மாதம் கொண்டாடப்படும்.

□ □ □

'**சா**ர், நீங்கள் தமிழரா?' என்று கேட்டால், "இல்லை நான் ஒரு 'கிறிஸ்டீன்'!" அல்லது "இந்து" அல்லது "முஸ்லிம்" என்று தமிழில் பதில் சொல்லும் நம்மவர் பலர்.

(படிப்போரை சிரிக்கவும், சிந்திக்கவும் வைப்பதற்காக எழுதப்பட்டது. எவருடைய மதத்தையோ, மொழியையோ, நாட்டையோ அவமதிப்பது என் நோக்கம் அல்ல. -மாகோ)

39 'தாயார்' தயார் ****

கருத்தரிக்கத் தயாரான பெண் பூனை ஆண் பூனையை கலவைக்கு அழைக்க, மனித குழந்தையைப் போல் கத்துவது மட்டுமல்லாமல் ஒருவித நாற்றத்தையும் தன் உடலிலிருந்து வெளியிடுகிறது.

அதன் இனப் பெருக்கத்திற்காக அமைந்த இயற்கையின் ஏற்பாடு இது. (பாவம் அப்போப் பார்த்து தான் பக்கத்து வீட்டுக்காரன் அதுக மேல கல்லை எடுத்து வீசுவான்).

ஒவ்வொரு உயிருக்கும் வெவ் வேறு ஏற்பாடுகளை இறைவன் ஏற்படுத்தியிருக்கிறான்.

வயதுக்கு வந்த நம்மப் பெண் களைப் பொதுவாக 'இரவில் வெளியே போகாதே, அப்படிப்போனா சீக்கிரம் வந்துடுண்ணு' அம்மாக்காரி தலையா அடிச்சுக்குவா.

பருவம் அடைந்த பெண்களும், இளம் மனைவியரும் சாதாரணமாகவே இரவில் (பகலைவிட) மிக அழகாக இருப்பார்கள்.

அதுவும் அவளுடைய கருமுட்டை சினைப்பையிலிருந்து வெளியாகும் காலங்களில் அவள் இன்னும் தனிக் கவர்ச்சியுடன் ஜொலித்து வாலிபர்களை ஈர்ப்பாளாம். அதாவது அவள் 'தாயாக ஆவதற்குத் தயார்.' அவ்வமயம் அவள் அருகில் சென்றால் அவள் உடலிலிருந்து வெளியாகும் 'காம உணர்வை எழுப்பி விடும் வாசமும்' பையனை கதிகலங்க வைத்து விடுகிறது.

'மதுவைக் குடிக்கும்போது மட்டும்தான் மயக்கம் வரும், மாதுவைக் கண்டாலே மயக்கம் வரும்' என்பதெல்லாம் இந்த நேரங்களில் உண்மைதான்.

அந்த ஆழ்நிலையில் அதுவும் இரவில் வெளியே போகும் பெண்களை ஆடவர்களின் புறக்கண்களையும், அகக்கண்களையும் குருடாக்கி, மிருகமாக்கி அவளை வெறித்தனமாகக் கற்பழிக்கவும் செய்து விடுகிறது.

பழைய தமிழ்ச் சினிமா படங்களில் இந்த காட்சியில் புலி ஒன்று மானை அடித்துக் கடித்துக் குதறுவது போல காட்டுவார்கள். (அப்படியே அப்பட்டமாகக் காட்டினால் அது 'நீல' நிறமாகி விடுமே).

இதனால்தான் இவ்வாறு கற்பழிக்கப்படும் பெண்கள் 99% கற்பமாகி விடுகிறார்களாம்.

'அண்ணன் மட்டும் இரவிலே வெளியே போகலாம், நான் மட்டும் வெளியே போக முடியாதா?' என்று கேட்கும் மகளிடம் என்ன சொல்லப் போகிறீர்கள்.

இந்தத் துணுக்கைப் படிக்கச் சொல்லி விட்டு, சமையற் கட்டிற்குப் போய் விடுங்கள், நான் வாங்கிக் கட்டிக் கொள்கிறேன். - (மாகோ'தான்)

நான் திருமணம் செய்து கொண்ட பிறகு தான் பெண்கள் எல்லாரும் நல்லவர்கள் என்று தெரிந்து கொண்டேன். எப்படி என்று அறிய தொடர்ந்து படியுங்கள்... (பக்கம்...117)

40 'கரணம் தப்பினால்...' **

"**க**ரணம் தப்பினால் மரணம்", - அப்படின்னா என்னா தெரியுமா?

சர்க்கசுல மேலாயிருந்து கீழே தலைகீழா பாயுவாங்க, அதை 'கரணம்' என்பார்கள். கலைக்கூத்தாடிகள் அப்படித்தான் மேலும் கீழும் தாவி கரணம் போட்டு மக்களை மகிழ்வித்து அவர்கள் போடும் சில்லரை காசுகளைக் கொண்டு சொந்த வயிற்றை கழுவிக் கொள்வார்கள்.

குரங்காட்டிகள் குரங்கை கரணம் போட்டு வேடிக்கைக் காட்டுமாறு பழக்கி வைப்பார்கள். அதில் குரங்கு தவறாகக் கரணம் போட்டு மரணம் அடைந்ததாக இதுவரை செய்தி யில்லை. ஏனென்றால் அதுக இயற்கையாகவே அன்றாடம் செய்யும் வேலை. அதை 'காப்பி' அடிக்கும் மனித னுக்குத்தான் அந்த மரணம்.

மற்றொன்று, பஞ்சாங்கத்தின் (பஞ்சம்+அங்கம்) ஓர் அங்கமான 'கரணம்'. (மற்றவை தினம், திதி, நட்சத்திரம், யோகம்). ஒரு திதியின் அரை பாகம்தான் கரணம். இது தவறாகப் போனால் 'சாதக காரருக்கு' மரணமாம்.

வேறொரு பொருள் - கரணம் என்பது சொந்த கைத்தொழில் பரம்பரைக் கைத்தொழில்தான் அக்காலத்தில் தச்சர், குயவர் போன்ற குலத்தினருக்கு வாழ்வளித்தது. இக்கைத் தொழில் பொய்த்தால் அல்லது ஒருவர் கற்க மறுத்தால் 'உவா'வுக்கு எங்கே போவது? மரணம்தான்.

88

இது எப்படி இருக்கு?

41 'நற்பணி – என் பணி' ***

1970'களுக்கு முன்னால் (சிங்கையில்):

தமிழர்கள் மட்டும் வாழ்ந்த கிராமங்கள் பல இருந்தன.

(எ-கா: செம்பவாங், தஞ்சோங், பகார், சிராங்கூன், தண்ணிக்கம்பம், சிராங்கூன் சுண்ணாம்புக் கம்பம், மண்ணுமலை - தற்போதைய Potong Pasir போன்றவை).

தமிழர்கள் அந்தந்த வட்டாரத்தில் சங்கம் அமைத்து, கோவில்கள் கட்டி பல நிகழ்ச்சிகளைப் படைத்தனர். ஒருவருக்கு மற்றவர் தெரிந்தவராக வாழ்ந்தனர்.

1970'களுக்குப் பின்னால் (சிங்கையில்):

அரசு மக்களுக்கான அடுக்குமாடி வீடுகளைக் கட்டியது. கிராம சூழ்நிலையில் வாழ்ந்தவர்கள் வெவ்வேறு இடங்களுக்குக் குடி பெயர்ந்தனர்.

நாட்டின் மக்கள் தொகைக்கு ஏற்ப ஒவ்வொரு வட்டாரத்திலும் ஒவ்வொரு இனத்தினரின் சதவீதம் காக்கப்பட்டது.

மக்கள் குருவிகளைப்போல் அவரவர் 'புறா பொந்துகளில்' தங்கி பக்கத்து வீட்டுக்காரர் யார் என்று தெரியாத அளவிற்கு வாழ ஆரம்பித்தனர்.

தமிழ்ச்சங்கங்கள் செயலற்று போயின.

அப்போதுதான் அடியேன் ஒரு திட்டம் வகுத்தேன். ஒவ்வொரு தொகுதியிலும் இயங்கிய சமூக மன்றங்களில் 'தமிழர் குழு' ஆரம்பிக்கும் திட்டம்தான் அது.

அப்போது சில மன்றங்களில் 'இந்திய குழுக்கள்' இயங்கி வந்தன. அங்கு (ஓரிரு குழுக்களைத் தவிர) தமிழர்களுக்குத் தேவையான நிகழ்ச்சிகள் நடக்கவில்லை.

என் வீட்டிற்கு அருகில் இருந்த ஒரு சமூக நிலையத்தை நாடினேன்.

மூன்று ஆண்டுகளுக்குப் பின் அயராத உழைப்பின் பயனால் உத்தரவு கிடைத்தது. அதுதான் 'பெக்கியோ' சமூக நிலைய இந்திய கலாச் சாரக்குழு. (இதன் பெயர் பின்பு இந்திய பண்பாட்டுக்குழு என்றும் அதன் பின் இந்திய நற்பணிக்குழு என்றும் பெயர் மாற்றங்கள் கண்டது).

சொந்தமாக பொருள் திரட்டினோம். மக்களின் விருப்பமறிந்து நிகழ்ச்சிகள் நடத்தினோம்.

திருக்குறள் வகுப்பு, தையல் வகுப்பு, நடன வகுப்பு, சமையல் வகுப்பு, கோல வகுப்பு போன்றவை ஆரம்பித்தோம். எல்லாமே 'House Full.'

'தீபாவளி' என்ற சொல்லுக்குப் பதிலாக 'திருவிளக்கு' என்ற பெயரில் மாபெரும் கலை நிகழ்ச்சியை ஏற்பாடு செய்தோம்.

பார்பார்க் விளையாட்டரங்கில் அரங்கேறி

திருவிளக்கு-86

5000 பேர் கண்டுகளித்த நனி சிறந்த கலைநிகழ்

துவக்க விழாவும் கலை நிகழ்ச்சியும்

சிறப்பு விருந்தினராக எங்களது நாடாளுமன்ற உறுப்பினரை மலேசிய மாரியம்மன் கோவில் 'கோலாட்டக்குழு' அழைத்து வந்தது. வரும் வழியில் உறுமி மேளத்திற்கு அவர்கள் ஆடிய ஆட்டம் இருக்கிறதே... அதுபோன்ற ஒரு நடனத்தை நான் இதுவரை கண்டதில்லை.

நிகழ்ச்சி, பந்து விளையாட்டுத் திடலில் போடப்பட்ட பெரிய மேடையில் நடந்தது. இவற்றுக்கு ஆன செலவுகள் எல்லாம் நாங்கள் திரட்டின பணம்தான்.

பெரிய தொகைகளைக் கொடுத்தவர்கள் முஸ்லிம் வியாபாரிகள். அவர்களுக்கு என் வாழ்நாள் முழுதும் அன்பான 'சலாம்.'

நிகழ்ச்சியில் சிறு சலசலப்புக்கூட இல்லை. அது ஓர் இராணுவம் நடத்திய நிகழ்ச்சி போல் இருந்ததாம்.

நாளேட்டில் அந்த 'சிறப்பான நிகழ்ச்சியைக் காண 5,000க்கு மேல் கூடியதாக' செய்தி போட்டிருந்தார்கள்.

எங்கள் ஒற்றுமைக்கு முதன் முதலாகக் கிடைத்த 'முதல் பரிசு'தான் அது.

The Straits Times

Night of vibrant colours and dance

இந்தியர் பண்பாட்டுக்குழுவின் வழி பல வெற்றிகளைக் குவித்தோம். பெரும்புகழ் பெற்ற 'சிங்கே' எனப்படும் ஊர்வலத்தில் பொய்க்கால் குதிரைகளுடன், சிலம்பாட்ட, புலியாட்ட குழுக்களை அறிமுகப்படுத்தினோம்.

பொய்க்கால் குதிரைகள் எங்கள் உள்ளூர் பணத்தாளில் பொறிக்கப்பட்டது. (இப்போது அந்த பணம் புழக்கத்தில் இல்லை).

எங்களுக்குக் கிடைத்த வெற்றியைக்கூட தட்டிப் பறிக்க ஒருசாரார் முயன்றனர். ஆனால் சமூகமன்ற ஆலோசகர்

டாக்டர் வோங் (சீன நாடாளுமன்ற உறுப்பினர்) அந்த ஆண்டு வெற்றிக்கு நாங்களே காரணம் என்று அடித்துச் சொன்னார்.

எங்கள் பண்பாட்டுக்குழுவைப் பாராட்டி ஓர் ஆங்கில நாளேட்டுக்குப் பேட்டியொன்றும் அளித்தார்.

Cairnhill

Captain steers Indian cultural group to the top

Friday People

By IRENE ANG

THE threat of rain failed to deter many members, volunteers and supporters of the Pek Kio community centre's Indian Cultural Group (ICG), from attending an open-air variety show it held last month.

Such strong support by the group has seen it grow into one of the most outstanding Indian cultural groups in Singapore, says MP for Cairnhill, Dr Wong Kwei Cheong.

The man behind its success is Captain M. Govindarajoo, 36, an army officer who set up the group two years ago because he wanted to break up the Indian enclave and see better interaction between Indians and Singaporeans of other races.

"I felt that many Indians tended to shy away from interacting with non-Indians. One of the objectives of the

Capt Rajoo... wants better interaction between races.

42 'XXX' படங்கள் ***

பச்சைப்பாலகனைத் தாயார் தன் தந்தையிடம் பார்த்துக் கொள்ளச் சொல்லிவிட்டு வேலைக்குப் போய் விடுவாளாம்.

தந்தை வீட்டில் யாருமில்லாததால் உடலுறவு (XXX) சம்பந்தப்பட்ட படங்களைப் போட்டு பார்த்துள்ளார். சின்ன வாண்டுவும் இதை கவனமாகப் பார்த்து வந்துள்ளது.

இப்போது அந்த குழந்தைக்கு வயது ஏழு.

பள்ளிக்கூடத்தில் ஆசிரியை ஆடையையெல்லாம் தூக்கி... சே... தூங்கும்போது தாயாரின் உடலைத் தொட்டு... ஐயோ...

தாயார் பயந்து போய் மருத்துவர்களின் உதவியை நாடியிருக்கிறார்.

இப்போதெல்லாம் குழந்தைகள் தொலைக்காட்சியில் இடம் பெறும் நிகழ்ச்சிகளை உற்றுப் பார்க்கின்றனர். அப்படி பார்ப்பதெல்லாம் அவர்கள் மனதில் படிகிறது

என்பதை மேலே காணப்படும், நாளேட்டில் வந்த செய்தியும் உறுதியாக்குகிறது.

□□□

மலேசியாவில் இந்தியர் (தமிழர்) இளையர்களிடையே நடக்கும் குத்து, கொலைக்குக் காரணம் தமிழ்ப் படங்கள் என்றுதான் அங்கு சில தமிழ்ப் படங்களைத் தடை செய்துள்ளனர். உ-ம்: 'பகவதி' என்ற படம். பல காட்சிகள் நீக்கப்பட்டு 'பசுபதி' என்ற பெயரில் திரைக்கு வந்ததாம்.

சில தமிழ்ப் படங்களில் வரும் காம (காதல் எனும் பொருள்படும் நல்ல சொல்லின் தலையெழுத்தையே மாற்றி விட்டார்களே) நடனக் காட்சிகள் 'XXX' படங்களைவிட மோசமாமே. (பார்த்தவர்கள் சொன்னதுதான்).

உங்கள் குழந்தைகளிடம் அறிவியல், ஆராய்ச்சி, வரலாறு போன்ற படங்களைக் காட்டுங்கள். காட்டுவதென்ன உங்கள் குழந்தையோடு நீங்களும் சேர்ந்து பாருங்கள்.

உங்கள் குழந்தை எதிர்காலத்தில் முன்னாள் ஜனாதிபதி அப்துல்கலாம் போன்று ஆகலாம்.

எங்கள் பல இன சகோதரர்களிடையே காணப் படும் வேற்றுமைகள்: "உடை"

தமிழர்கள் அணியும் உடைகள் பல அடர்ந்த வண்ணங்களை (Dark Colours) உள்ளடக்கி இருக்கும். பல ஆண்டுகளுக்கு முன் தமிழர் கள் அணியும் அடர்ந்த வண்ண ஆடைகளை 'மாமா கலர்ஸ்' என்று மற்ற இனத்தினர் அழைப்பர்.

சீனர்கள் வெளிர் நிறங்களையே விரும்பு வர்.

மலாய்க்காரர்கள் தமிழர்களைப்போல வண்ண உடை அணிந்தாலும் அவை வள வளப்பாக இருக்கும் அல்லது பளபளவென மின்னும்.

43 கணினியில் முதல் தமிழ் எழுத்துக்கள் **

1982ல் அடியேன் ஒரு கணினியை வாங்கினேன். அதன் பெயர் 'Commadore 64' சாதாரண தொலைக்காட்சியில் (Television) இணைத்துக் கொள்ளவேண்டும். ஒலிப்பதிவு நாடாவில் (Audio Casette) தான் செய்திகளைச் சேமித்து வைத்துக்கொள்ள வேண்டும்.

கணினியில் தமிழுக்கு எவ்வளவோ செய்ய முடியும் என்ற நம்பிக்கை எனக்கிருந்தது.

அக்கணினியுடன் சில செயலிகளும் இருந்தன (Software programmes in Basic language). படம் வரைந்து பயிற்சி செய்வதற்கான ஒரு செயலியும் இருந்தது. அதில் அடியேன் தமிழ் எழுத்துக்களைப் புகுத்தினேன். ஒவ்வொரு தட்டெழுத்திற்கும் ஓர் எழுத்தினை உருவாக்கினேன்.

இக்குழுவிற்கு முழு ஆதரவினையும் அவ்வப்போது அளவற்ற ஊக்கமும் அளித்துவரும் நமது ஆலோசகர் டாக்டர் வோங் குவோய் சியோங் அவர்களுக்கு நாங்கள் என்றும் கடமைப்பட்டுள்ளோம்.

இவ்வேளையில், எனக்கு இதுகாறும் பக்க துணையாக இருந்து உதவி புரிந்த பல பெரியவர்களுக்கும், எனது ஆற்றல் மிகுந்த செயல் குழு உறுப்பினர்களுக்கும் மற்ற அனைவர்களுக்கும் என் உள்ளங்கனிந்த நன்றியைத் தெரிவித்துக் கொள்கிறேன். வணக்கம்.

என் நண்பர்களுக்குத் திருமண அழைப்பிதழ்களும் செய்து கொடுத்தேன். வடமொழி எழுத்துக்களை / கிரந்த எழுத்துக்களை வழக்கம்போல விலக்கி விட்டேன்.

1982ல் நான் பணியாற்றிய காலாட்படை பிரிவின் 25ஆவது ஆண்டு விழாவில் அந்த கணினியைக் காட்சிக்கு

வைத்தேன். அதில் எங்கள் இராணுவப் பிரிவின் கேள்வி பதில்கள் இடம் பெற்றன. அதை ஆரம்பிக்குமுன் தமிழில் 'வணக்கம் வருக, வருக' என்ற தமிழ்ச் சொற்களும், ஆங்கிலத்தில் 'Welcome' என்ற சொல்லும், மலாய் மொழியில் 'Selamat datang' என்ற சொற்களும் தோன்றும்படி செய்தேன்.

ஒருவேளை உலகத்திலேயே முதன் முதலில் கணினியில் அப்போதுதான் தமிழ்ச் சொற்கள் தோற்றுவிக்கப் பட்டதோ?

□□□

பிற் சேர்க்கை:

அன்புள்ள திரு.மா.கோ. ஐயா, தமிழ் கணியமொழியில் உங்கள் பங்கு முக்கியம். டிசுகி குறியீடு உருவாக மலேசியா பாலா பிள்ளையின் தமிழ்நெட் காரணம். அமெரிக்காவில் 1970களில் கடைசியில் டேவிட் (சினகோ), ஜார்ஜ்ஹார்ட் (பெர்க்கிளி) போன்றோர் தமிழ் எழுத்தை கம்ப்யூட்டரில் கொண்டுவர முயன்றனர். தமிழ்நாடு பௌண்டேசன் மாநாடுகள், தென்றல் என்னும் நா.கோபாலசாமியின் இதழ்கள் இவையும் 80களில் கம்ப்யூட்டர் எழுத்துருக்களில் வந்தன. ஜார்ஜ் ஹார்ட் ஆப்பிள் கணினியை வைத்து எழுத்துரு செய்து அனுப்பினார் முதலில். மிக அழகான எழுத்துருச் செய்தவர்களில் 'கல்வி' பெ.குப்புசாமி நினைவுக்கு வருகிறார். ஹெரால்டு ஷிப்மனின் TeX புரோகிராமில் தமிழ் வந்ததும் 1980கள்தான். பாலா சுவாமிநாதன் முதலில் போஸ்ட்ஸ்க்ரிப்ட் கோப்புகளாக தமிழ் அச்சடிக்க அனுப்புவார். அவர் மதுரை என்ற புரோகிராம் வெகுநாள் நியூஸ் குரூப்புகளில். ஆதாமி சீனிவாசன் (மாண்ட்ரியால்) பல புரோகிராம்களைக் கொடுத்தார். (ஞாபகம் வருவதை எழுதுகிறேன்).

இந்தியாவில் கணித்துறையில் கா.செ.செல்லமுத்து போன்றோர் பங்கு கணிசமானது.

அன்புடன்

நா.கணேசன்.

44 தாயார் தினம் ****

ஒரு தாய்.

ஒரு தந்தை

ஒரு மகள்... இவர்கள்தாம், அன்பான அந்தக் குடும்ப உறுப்பினர்கள்.

இன்று தாயார் தினம்.

அன்பு, பாசம், தியாகம் இவற்றுக்கெல்லாம் சொந்தமான தன் தாயாருக்கு, ஆண்டில் இன்றாவது ஒருநாள் நன்றி செலுத்த மகள் ஆசைப்படுகிறாள். பூங்கொத்து ஒன்று வாங்கி வந்து தாயாரிடம் கொடுத்து 'தாயார் தின வாழ்த்துக்கள்' என்று அளிக்கிறாள்.

அன்பு, பாசம், தியாகம் இவற்றுக்கெல்லாம் சொந்தமான தன் மனைவிக்கு, ஆண்டில் இன்றாவது ஒருநாள் நன்றி செலுத்த தந்தை (கணவன்) ஆசைப்படுகிறான்.

7

பூங்கொத்து ஒன்று வாங்கி வந்து மனைவியிடம் கொடுத்து 'தாயார் தின வாழ்த்துக்கள்' என்று அளிக்கிறான்.

அந்த அன்பே உருவான மனைவி தந்தை (கணவன்) அளித்த பூங்கொத்தினை தன் மகளிடம் அளித்து, எனக்குத் 'தாய்' என்ற உயர்ந்த பதவிக் கிடைக்க எனக்கு மகளாகப் பிறந்த நீதான் காரணம் என்று கூறி உணர்ச்சி வசப்படுகிறாள்.

அதே அன்பே உருவான மனைவி தன் மகள் அளித்த பூங்கொத்தினை தன் கணவனிடம் அளித்து, எனக்குத் 'தாய்' என்ற உயர்ந்த பதவிக் கிடைக்க கண் நிறைந்த கணவரான நீங்கள்தான் காரணம் என்று கூறி ஆனந்தக் கண்ணீர் உதிர்க்கிறாள்.

மகள், தன் தாயார் அளித்த பூங்கொத்தினை, பூசிக்கும் அறையில் இருந்த அம்மை, அப்பன் காலடியில் வைத்து, தனக்கு இவ்வளவு நல்ல தாயாரை அளித்ததற்கு நன்றி கூறி அப்பூங்கொத்தினை அவர்களிடம் ஏற்றுக்கொள்ள வேண்டுகிறாள்.

கணவன், தன் மனைவி அளித்த பூங்கொத்தினை, பூசிக்கும் அறையில் இருந்த அம்மை, அப்பன் காலடியில் வைத்து, தனக்குச் சிறந்த ஒரு நல்ல மனைவியை அளித்ததற்கு நன்றி கூறி அப்பூங்கொத்தினை அவர்களிடம் ஏற்றுக்கொள்ள வேண்டுகிறான்.

அப்பூங்கொத்துக்கள் இன்னும் பூசிக்கும் அறையிலேயே இருக்கின்றன.

□ □ □

எல்லாம் வல்ல அம்மையும் அப்பனும், தங்கள் மீது அவர்கள் கொண்டுள்ள பக்திகண்டு, அப்பூங் கொத்துக்களை அவர்களுக்கே அளிக்கும் வண்ணம் அவற்றை எடுத்துக்கொள்ளாமல் விட்டு விடுகின்றனர்.

தாயார்களுக்கு மட்டுமல்ல, தந்தைகளுக்கும், அவர்களின் செல்வங்களுக்கும் வாழ்த்துக்கள்.

இவற்றுக்கெல்லாம் பொறுப்பான அம்மை அப்பனுக்கும் "......"

'நன்றியா', 'வாழ்த்துக்களா' என்ன சொல்வது என்று இந்த மனிதனுக்குத் தெரியவில்லை. -மாகோ.

45 வயதான பெண்கள் **

பல ஆண்டுகள் வணிக விற்பன்னர்களைப் (i.e Fund Managers) பயிற்றுவிக்கும் தொழிலில் ஈடுபட்டுள்ள ஒரு சீனர் என் வகுப்பில் பயிற்சி நடத்தினார்.

என் வகுப்பிலிருந்த ஏழு பெண்களும் 30 வயதிற்குக் குறைவான பட்டதாரி பெண்கள்.

வகுப்பில் 45 வயதிற்கு மேல் எந்த பெண்களும் இல்லை என்றவுடன் அவருக்குப் பெருத்த மகிழ்ச்சியாம்.

ஏன் என்று அவரே கீழ்க்கண்ட காரணங்களைக் கூறினார்.

அந்த வயதிலுள்ள பெண்களுக்குப் பொறுமை இருக்காதாம்.

திடீரென்று சிலர் அழுதுவிடுவார்களாம்.

கூறியது புரியவில்லையென்றால் திட்டி விடுவார்களாம்.

திடீரென்று வகுப்பை விட்டு வெளியே போய் விடுவார்களாம். குறிப்பாக திருமணமே ஆகாத முதிய பெண்கள்தாம் ஆக மோசமாம்.

இவற்றுக்கெல்லாம் 'ஹார்மோன்'தான் காரணம் என்று நான் கூறினேன்.

இன விருத்திதான் எந்த உயிருக்கும் அடிப்படை. ஆகவே பெண்தான் அந்தந்த உயிருக்கும் அடிப்படை.

மூக்கொழுகும் சிறுபெண் மாதவிலக்குக்கு ஆளாகியபின் அழகு தேவதையாக மாறுகிறாள்.

மாதாமாதம் மாதவிலக்குக்கு ஆளாகும் வயது வந்த பெண்கள் சுமார் 45 வயதிற்குமேல் 'மெனோபாஸ்' எனும் நிலைக்கு ஆளாகின்றனர்.

அதாவது மாதவிலக்கு அவர்களுக்கு நின்று விடுகிறது.

இதனால் இவர்கள் உடலும், மனமும் பல மாறுதல்களுக்கு ஆளாகின்றன.

இப்போதுதான் இவர்களை நாம் அதிகம் புரிந்து நடந்து கொள்ள வேண்டும். குடும்பத்திற்கே உழைத்து ஓடாய்ப்போன இப்பெண்களிடம் இப்போது இன்னும் அதிகம் அன்பு செலுத்த வேண்டும்.

மருத்துவரை ஆலோசித்து தேவையான மருந்துகளை அவர்களுக்கு வாங்கித்தர வேண்டும். காய்கறி, கீரை, பழங்கள் அதிகம் உண்ண வைக்க வேண்டும்.

□ □ □

பெண்கள் மட்டும் இந்த 'மெனோபாஸ்' நிலைக்கு ஆளாவதில்லை.

ஆண்களும்தான் - விந்து உற்பத்தி நின்றவுடன் ஏற்படும் நிலைதான் அது.

46. மண் குதிரையை நம்பி **

மேடான பகுதியிலிருந்து ஆற்றிற்கு ஓடி வரும் நீர் அதன் தரைப்பகுதியிலிருந்து மணலை அரித்து எடுத்து வரும்.

ஆறு ஏறக்குறைய சமமான பரப்பில் ஓடும்போது ஆற்றுநீரின் வேகம் குறையும். நீரில் சுழற்சி ஏற்படும். அப்போது நீர் சுமந்து வந்த கனம் குறைந்த மணல் சில இடங்களில் குதிர்போல் தங்கிவிடும். நீர் மட்டத்தின் மேல் இவற்றின் பகுதி கூம்பாகத் தெரியும்.

(குதிர் என்பது ஒரு சிறு குன்றுபோல குவிக்கப்படும் அரிசியையோ, வேறு தானியங்களையோ குறிப்பிடுவது).

ஆற்றில் தங்கிவிடும் இந்த குதிர்கள் மேல் காலை வைத்தால் அவை மனிதர்களின் கனம் தாங்காமல் அமுங்கி விடும். இதைத்தான் மண் 'குதிரை' நம்பி - (குதிரையை அல்ல) ஆற்றைக் கடக்காதே என்பது - இறங்குவது ஆற்றைக் கடக்கத்தானே.

சிலர் இப்படியும் சொல்வர். மண்ணால் ஆன குதிரையை ஆற்றுக்குள் கொண்டு போகாதே என்று. மண்ணால் ஆன குதிரையை சுமந்து சென்றாலும் குதிரையுடன் சேர்ந்து அந்த ஆளும் 'அம்பேல்' ஆகி விடுவான். மண்ணில் குதிரை செய்வதாவது அதை தூக்கிக் கொண்டு ஆற்றில் இறங்குவதாவது. கேப்பையில் எண்ணெய் வழிகின்ற தென்றால் அதை கேட்பவருக்குப் புத்தி எங்கே போய் விட்டது.

இது எப்படி இருக்கு?

47 வரம் ****

அப்பன் சிவனும், அம்மை பார்வதியும் ஆகாய மார்க்கமாக சென்று கொண்டிருக்கின்றனர்.

அப்போது பூமியில் ஒருவன் பசியுடனும் பட்டினியுடனும் தள்ளாடி நடந்து செல்கிறான்.

அதைப் பார்த்த அம்மை இரக்கப்படுகிறாள்.

என்ன இருந்தாலும் அம்மையும் ஒரு பெண்தானே.

அம்மை: நாதா அவனைப் பார்த்தால் பரிதாபமாக இருக்கிறது. அவன் கண்ணில்படுமாறு ஒரு பணப் பையை அவன் போகும் வழியில் போடுங்களேன்.

அப்பன்: ம்ம்ம்... அவ்வாறே செய்தேன்.

(குறிப்பு: முன்பு ஒருமுறை இறைவன் வேறொரு ஏழைக்காக பணப்பையை வழியில் போட, அந்த ஏழை தனக்குத் திடீரென கண் பார்வை போய் விட்டால் எப்படி நடந்து கொள்வது என்று எண்ணி கண்ணை மூடிக்கொண்டு நடந்தான். அதனால் அவன் அந்த பண முடிப்பைத் தவற விட்டான். அப்படி மீண்டும் இவன் நினைக்காமலிருக்க அம்மை அருள்கிறாள்.)

அம்மை: அதோ அவன் அந்த பணப்பையை எடுத்துக் கொண்டான். நன்றி நாதா.

சில நாட்கள் கழித்து அப்பன் சிவனும், அம்மை பார்வதியும் அதே வழியில் ஆகாய மார்க்கமாக சென்று கொண்டிருக்கின்றனர்.

அப்போது பூமியில் ஒருவன் மேல் ஆடை அணியில்லாமல் மனநிலை கெட்டு பைத்தியமாக அலைந்து கொண்டிருக்கிறான்.

அதை பார்த்த அம்மை இரக்கப்படுகிறாள். **என்ன இருந்தாலும் அம்மையும் ஒரு பெண்தானே.**

அம்மை: நாதா, அந்த பரிதாபத்தைப் பார்த்தீர்களா? அவனுக்கு நாம் ஏதாவது உதவி செய்ய வேண்டும்.

அப்பன்: உம்ம்... அவன் அப்படி போவதற்கு நீதான் காரணம் சக்தி...

அம்மை: அதெப்படி நாதா... எனக்கு அதிர்ச்சியாக இருக்கிறது. சொல்லுங்கள்.

அப்பன்: சாதாரண 'தமிழர்களைப்போல' (Correction) Sorry 'பெண்களைப்போல' அதிர்ச்சியும் அவசரமும் அடையாதே, சொல்கிறேன்.

அந்த ஏழை, தனக்குக் கிடைத்த பணம் இலவசமாகக் கிடைத்ததுதானேயென்று அனைத்தையும் குதிரைப் பந்தயத்திலும், லாட்டரியிலும் செலவழித்தான். அதிர்ஷ்ட வசமாக பணம் பலகோடிகளானது.

இது எப்படி இருக்கு?

அம்மை: அப்படியென்றால் அவன் அரசன் போல அல்லவா வாழ்ந்திருக்க வேண்டும்.

அப்பன்: பார்வதி, வழக்கம்போல அவசரப்படாமல், மீதக் கதையைக்கேள்...

அவன் விரைவில் திருமணம் செய்து கொண் டான். குழந்தைகள் பல பெற்றுக்கொண்டான். பண ஆசை விடவில்லை.

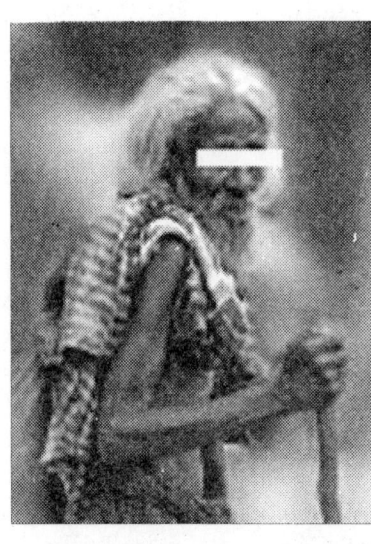

இருக்கும் சொத்துக்களை வைத்து மீண்டும் சூதாடினான். ஒன்றும் மிஞ்சவில்லை. அவனுடைய மனைவியும், பிள்ளைகளும், உறவினர்களும் கிடைத்ததை எடுத்துக் கொண்டு போய்விட்டனர்.

அவன் ஏழையாக மட்டுமல்ல, இப்போது அனாதையுமானான். நடந்ததை எண்ணி எண்ணி பைத்தியமாகவும் ஆனான்.

அம்மை: நான் தவறிழைத்து விட்டேன். முன்பு ஒருமுறை இதேபோல ஒருவனுக்கு தாங்கள் தன் கண்ணைத் தானே மூடிக்கொண்டு போகுமாறு செய்தீர்கள். அது ஏன் என்று இப்போதுதான் தெரிகிறது. நான் அவசரப்பட்டு விட்டேன். மன்னித்தருள்க நாதா.

அப்பன்: போனது போகட்டும், உன் ஆசையை இப்போது நான் நிறைவேற்றி வைக்கிறேன் பார்வதி.

அவனுக்கு மற்றொரு வாய்ப்பு அளிக்கிறேன். இப்போதே அவன் மனநிலை தெளிவு அடையும். உன் ஞானக்கண்ணைத் திறந்து விடுகிறேன்.

நீ இப்போது 'சக்தி'. உன்னிடம் உள்ள சூரிய சக்தியை அவனுக்கு அளித்து அவனிடம் இருக்கும் சந்திர சக்தியை மீட்டுக் கொள்.

(சக்தி அவ்வாறே செய்கிறாள்).

□ □ □

சில நாட்கள் கழித்து அப்பன் சிவனும், அம்மை பார்வதியும் அதே வழியில் ஆகாய மார்க்கமாக சென்று கொண்டிருக்கின்றனர்.

ஒருவன் ஆடம்பரமோ, படாடோபமோ இன்றி விலைமிகுந்த 'ஜாகுவார்' வாகனம் ஒன்றில் போய்க் கொண்டிருக்கிறான்.

அவன் போய்க்கொண்டிருக்கும் இடம் ஒரு பெரிய தொழிற்சாலையாக இருக்கிறது.

அங்கே பல்லாயிரம் பேர்கள் வேலை செய்கின்றனர். அது அவனுக்குத்தான் சொந்தம். ஆமாம், நிதானமாக சிந்தித்து செயலாற்றி அவன் நிரந்தர பணக்காரனாகவும் மாறி விட்டான்.

அப்பன்: அதோ அவனைப் பார்த்தாயா, யாரென்று அடையாளம் தெரிகிறதா?

அம்மை: நாதா ஆமாம், அன்று பார்த்தபோது பைத்தியக்காரனாக இருந்தானே அவன் தானே இவன்.

அப்பன்: ஆமாம், அவன் அன்று 'சந்திரனாக' வாழ்ந்தான். சதா கற்பனை, கவிதை, நாடகம், பல மடல் குழுக்களில் நிமிடத்திற்கு ஒரு மடல் அனுப்புவது; ஆசை, பேராசைதான், அவனுக்குச் சொத்து.

இன்று தன்முனைப்பு, தொழில், கடமை, கட்டுப்பாடு, கண்ணியம் போன்றவற்றுக்குச் சொந்தமான 'சூரியனாக'த் திகழ்கிறான்.

அம்மை: நாதா உங்கள் பெருமையை நான் என்ன சொல்வது. நன்றி நாதா, நன்றி...

அப்பன்: பார்வதி, இந்த நாடகத்தை நடத்தியது நான் அல்ல, பூலோகத்தில் 'மாகோ' என்று ஒரு மனிதனின் 'லொள்ளு' தான் இவ்வளவுக்கும் காரணம்.

அம்மை: அப்படியா?!? உன் லொள்ளு... தொடரட்டும் மாகோ...

அனைத்தையும் 'அப்பன்' ஆட்டி வைக்கிறான். நாம் ஆடுகிறோம் - மாகோ

48. என்னுடைய முன் பிறவி ****

சில மாதங்களுக்கு முன் அடியேன் தமிழகம் சென்றிருந்தேன். என்னுடன் என் துணைவியும், மகளும் வந்தனர். இருவருக்குமே தங்களது முன்பிறவியைப் பற்றித் தெரிந்து கொள்ள ஆசை.

ஒரு நாடி ஜோதிடரை நாடினோம்.

எனக்கு நாடி ஜோதிடத்தில் நம்பிக்கை இருப்பது என்னவோ உண்மைதான். ஆனால் அப்படி தெரிந்து கொள்வதில் ஏதும் பயனில்லை என்பது என் எண்ணம்.

பெண் குலத்திற்கு இதைப்பற்றி யெல்லாம் தெரிந்து கொண்டு கனவு, கற்பனை உலகத்தில் உலாவ வேண்டும் என்ற அளவிலாத ஆசை ('நம்ம' இனமும் அந்த இனம்தானே.)

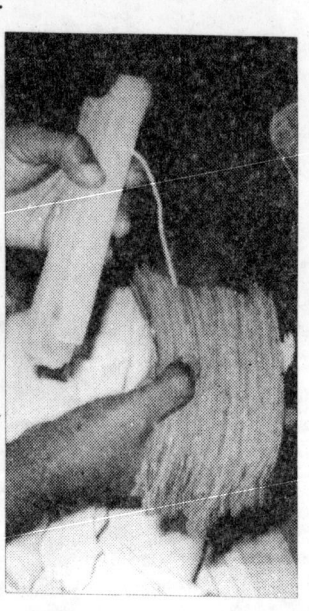

நாடி ஜோதிடம் என்பது கை நாடியைப் பிடித்துப் பார்த்துச் சொல்லும் ஜோதிடம் அல்ல. பல நூறு ஆண்டுகளுக்கு முன் சித்தர்களால் எழுதப்பட்ட குறிப்பிட்ட ஒருவரின் ஜோதிடம். அப்படிப்பட்ட ஜோதிடம் அன்னாரின் வருகைக்காகக் காத்திருக்குமாம். அந்த 'ஓலையை' நாடி செல்வதால் அதற்கு 'நாடி' ஜோதிடம் என்று பெயர் ஏற்பட்டதாம்.

இது எப்படி இருக்கு?

முன் பிறவியில் நாம் எப்படி இருந்திருந்தால் என்னய்யா? இந்த பிறவியில் இன்றைக்கு எப்படி இருக்கவேண்டும், நாளைக்கு எப்படி இருக்க வேண்டும் என்று கனவு காண்பதில்லையே.

நாடி ஜோதிடர், பார்ப்பதற்கு, உண்மையில் தெய்வீகக் களையோடு காட்சியளித்தார். சில கேள்விகளைக் கேட்டார்; ஓலைச்சுவடியை எடுத்தார். உடனே படித்தார்.

என் மகள் முன் பிறவியில் ஓர் இளவரசியாக வாழ்ந்தாளாம்.

எங்கள் மகள் இப்போதும் எங்கள் வீட்டு முடிசூடா இளவரசிதான்.

அவளது அப்போதைய பெயர் - காதில் விழுந்தது. ஆனால் வாயில் வரவில்லை...!! அவர் தொடர்ந்து எதுவெதுவோ கூறினார். எதுவும் நினைவிலில்லை.

▢ ▢ ▢

அடுத்ததாக என் மனைவியின் முற்பிறவியைப் பற்றியது. நான் இப்போது கவனமாக கேட்டேன். அப்படி கேட்காவிட்டால் என் மனைவியின் மனம் புண்படும்.

சுமார் எட்டாயிரம் ஆண்டுகளுக்கு முன் 'உதவரஜ' என்ற நாட்டினை ஆண்ட 'வரசினன்' என்ற மாமன்னனின் மனைவியாக இருந்தாளாம் என் மனைவி.

'உதவரஜ' நாட்டின் தலைநகர் 'அரியூப்யா'வாம்.

அப்படி அவ்வாறு அவர் கூறியது எனக்கு ஏதோ போல இருந்தது. மனுசனுக்கு கொஞ்சம் 'இங்கிதம்' தெரிய வேண்டாம்.

அவர் கூறிய பெயர்களை எங்கோ கேட்டதாகவோ, படித்ததாகவோ ஓர் உணர்வு.

இப்போது என் முறை வந்தது.

மனுசன், நான் யாரோ ஒருத்தியுடைய கணவன் என்று சொல்லி வைக்கப்போகிறானே என்று சற்று பயந்தேன். காரணம் இப்படிப்பட்ட வசனங்களையெல்லாம் என் மனைவியால் ஏற்றுக்கொள்ள முடியாது.

எத்தனை பிறவியெடுத்தாலும் 'நாங்கள் இருவரும்தான் கணவன், மனைவி' என்பதில் அவளுக்கு அசைக்க முடியாத நம்பிக்கை.

ஜோதிடரின் கண்கள் ஆச்சரியத்தால் விரிந்தன... "அதே எட்டாயிரம் ஆண்டுகளுக்கு முன்பு வாழ்ந்த 'வரசினன்'தான் நீங்கள்.

"அதாவது உங்கள் மனைவியின் கணவர்தான் தாங்கள்" என்றார்.

நான் காண்பதென்ன கனவா என்று அதிர்ச்சியுற்றேன்.

என் மனைவியை நோக்கினேன். என் மனைவியின் முகம் முன்பின் இப்படி ஆனந்தத்தால் மலர்ந்து பார்த்ததே யில்லை.

"யார் அந்த 'வரசினன்'?" நான்தான், அந்த ஜோதிடரைக் கேட்டேன்.

'வரசினன்' என்பவன் சேர, சோழ, பாண்டியர்களைப் போல, ஆனால் அவர்களுக்கெல்லாம் முன்பு வாழ்ந்த ஒரு பெரும் புகழ் பெற்ற மன்னன்.

அவன் நாடு இப்போது பாகிஸ்தானில் இருக்கும் ஒரு பகுதியில் இருந்தது.

வரசினன் 'தாசர்' இனத்தைச் சேர்ந்தவன்.

அதாவது இன்றைய தமிழர்களின் பரம்பரையினன்.

'இதுவெல்லாம் உங்களுக்கு எப்படி தெரியுமென்று பயபக்தியுடன் கேட்டேன். ஜோதிடர், தான் நான்கு வேதங்களையும் படித்து தேர்ந்தவன் என்பதையும், ரிக் வேதத்தில் இந்த வரலாறு எழுதப்பட்டுள்ளது என்பதையும் விளக்கினார்.

'ஐயா, இதுபற்றி நீங்கள் இன்னும் விளக்க வேண்டும்' என்று கெஞ்சாமல் கெஞ்சினேன்.

இந்துசம வெளியில் கிடைத்த 'சக்தி'யும் 'சிவனும்'

அவர் சட்டென்று என் காலில் வீழ்ந்து வணங்கினார். நான் இதைச் சற்றும் எதிர்பார்க்கவில்லை. ஆமாம், நான் பெரிய அரசனல்லவா, அதற்காகத்தான்.

பிறகு அறைக்குள் சென்று, கையில் 'ரிக்' வேத நூலோடு வந்தமர்ந்தார்.

கையில் 'ரிக்' வேத நூலோடு வந்தமர்ந்த அந்த நாடி ஜோதிடக்காரர் தன் பெயரை 'குருவிக்கரம்பை வேலு' என்றார்.

'குத்தூசி குருசாமி' என்பவரைத் தனது குரு என்று கூறிக் கொண்டார்.

□□□

அவர் மேலும் தொடர்ந்து பேசினார்:

'ஆரியுபீயா'வின் திரிபுதான் 'அரப்பா.'

பேராசிரியர் இரா.மதிவாணன் அவர்கள் 'அரப்பா' எழுத்து தமிழ்தான் என்று சில ஆண்டுகளுக்கு முன் ஆய்வு செய்து வெளியிட்டிருந்தார்.

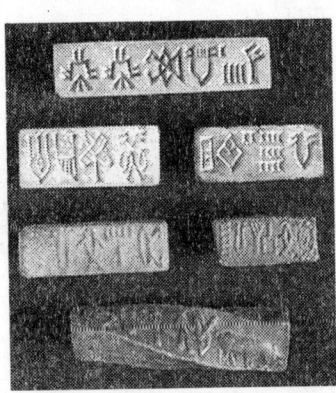

அரப்பா காலத்தின் பல சிந்து நதிக்கிளைகளில் கட்டப் பட்ட அணைக்கட்டுகளுக்கு பாதுகாப்பு அளித்தவன், 'அகி' என்ற தமிழரசனாம். அவனு டைய வீரத்தினைப் பற்றி இந்த ரிக்'கில் 25 இடங்களில் குறிக்கப்பட்டுள்ளது.

உலகிலேயே மூத்த நாகரிக மான 'சிந்து வெளி நாகரிக'த் திற்குத் தமிழன்தான் சொந்தக்காரன்.

இம்மாபெரும் மூத்தகுடியினரை, மேல் திசையிலிருந்து வந்த ஆரியர்கள், பல ஆண்டுகள் போரிட்டு அழித்து விட்டனர்.

ஆரியர்களின் படைக்குத் தலைமை தாங்கியவன் இந்திரன் எனும் ஆரியன். முதல் இந்திரன் போரில் கொல்லப்பட்டாலும் பிறகு படைக்கு தலைமையேற்ற

ஆரியர்களின் படைத் தளபதிகள் அனைவரையும் 'இந்திரன்' என்றே அழைத்தனராம்.

தமிழர்களை ரிக் வேதத்தில் 'தாசர்கள்', 'தஸ்யூக்கள்', 'சிசுனதேவ', 'அசுர', 'அதேவ' எனும் சொற்களால் 'போற்றியுள்ளார்கள்' இல்லை, தூற்றியுள்ளார்கள்.

வரசினனைத்தவிர - விருத்திரன், சம்பரன் போன்ற பெருமன்னர்களும்; வலன், அகி போன்ற குறுநில தமிழ் மன்னர்களும் 'அரப்பாவை' ஆண்டு வந்ததை இந்த 'ரிக்' வேதம் உறுதி செய்கிறது. 'விருத்திரனின்' பெயரை மற்ற மூன்று வேதங்களில்கூட காணலாம்.

பெண்கள்கூட, அரசர்களாகவும், படைத்தலைவர்களாக வும் இருந்திருக்கின்றனர்.

□□□

'இவ்வளவும் சொன்னீங்க, இதுக்கும் எனக்கும் என்ன சம்பந்தம்' என்று கேட்டேன்.

நாடி ஜோதிடர் சட்டென்று ஓர் இலையை எடுத்தார்.

அதன் நடுவில் கருப்பு மையை வைத்தார்.

பிறகு என்னை அந்த மையை உற்றுப் பார்க்கச் சொன்னார்.

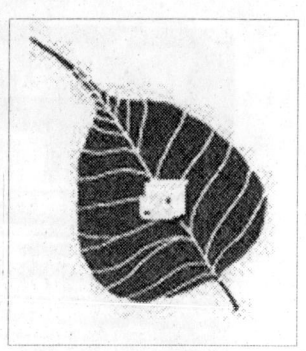

'இதோ பாருங்கள், இதுதான் நீங்கள். 'வரசினனாக' வாழ்ந்த உங்கள் முற்பிறவி' என்றார்.

'இவற்றைப் பார்த்ததாக யாரிடமும் கூறக்கூடாது' என்று பணித்தார்.

அப்படி கூறினால் என்ன ஆகும் என்று எனக்குள் எழுந்த பயத்தை யாரிடமும் காட்டிக்கொள்ளாமல் கேட்டேன்.

5 ஆயிரம் ஆண்டுகளுக்கு முன் இந்து சமவெளியில் கட்டப்பட்டிருந்த பொது குளத்தின் இப்போதைய நிலை.

‘உங்கள் தலை, ம்...ம்... அப்படி ஒன்றும் வெடித்து விடாது, கேட்பவர்கள் உங்களைத்தான் பார்த்து பைத்தியக்காரன்’ என்று சிரிப்பார்கள்.

‘ஆமாம், ஆமாம் இது கலிகாலம். எதை நம்ப வேண்டுமோ அதை நம்பமாட்டார்கள்.’ என்று சிரித்துக் கொண்டே காட்சிகளை உற்றுக் கவனித்தேன்.

என்ன அதிசயம், கையடக்கத் தொலைபேசியில் ‘வீடியோ’ படம் பார்ப்பதுபோல இருந்தது.

எதற்கும் ஒருமுறை என் தோலைப் பிடித்துக் கிள்ளிக் கொண்டேன்.

ஒருவேளை இது ஒரு கனவ ாக இருந்து விடக்கூடாது என்றுதான்.

‘உச்...’ ம்... வலிக்கிறதே’ என் மனைவி கத்தினாள். ஆமாம் என்னைக் கிள்ளிப் பார்ப்பதற்குப் பதில் பக்கத்திலிருந்த என் மனைவியைக் கிள்ளி விட்டேன்.

–நான் அந்த இலையில் தடவப்பட்ட கரு மையில் தோன்றிய காட்சிகளைக் கவனமாக பார்க்கிறேன்.–

இப்போது, புத்துடை அணிந்து, அரச உடையில் மக்களவை வருகிறேன்.

அங்கு வீரர்கள் பலர் எதிரிகளை சிறைபிடித்து வந்து நிற்கின்றனர்.

எதிரிகள் வெள்ளை நிறத்தோலுடன் காட்சியளிக் கின்றனர்.

அவர்களுள் பலா் கவச உடை அணிந்துள்ளனர்.

அவர்கள் ஆரியர் படைகளைச் சேர்ந்தவர்கள்தாம்.

நான் ஏதோ சொல்ல வீரர்கள் போர்க்கைதிகளை இழுத்துச் செல்கின்றனர்.

பின், சில வெளிநாட்டு வணிகர்களை மந்திரி அழைத்து வருகிறார். அவர்களின் பின்னால் வெளிநாட்டு அடிமை கள் பொன்னையும் பொருளையும் தூக்கி வருகின்றனர்.

அங்கு முன்பே காத்திருந்த இசைக்கலைஞர்கள் இசை எழுப்புகின்றனர்.

நடனமணிகள் சபையின் நடுவில் நடனம் ஆடுகின்றனர்.

அவை இப்போது தாய்லாந்து, பாலி பெண்கள் ஆடும் நடனத்தை ஒத்து இருக்கிறது.

ஆடும் பெண்கள் மேலாடை ஏதும் அணியவில்லை.

ஆனால் சங்குகளாலும், மணிகளாலும் ஆன நகைகளை அணிந்துள்ளனர்.

–அந்த இலையில் தடவப்பட்ட கரு மையில் தோன்றிய காட்சி மீண்டும் மாறுகிறது.–

ஆயிரக்கணக்கான வீரர்கள் என் கட்டளைக்காக காத்துள்ளனர்.

என் பக்கத்தில் சில பெண் தளபதிகளும் கவச உடையில் நிற்கின்றனர்.

'ஒருவேளை எதிரிகள் எங்களைத் தாக்க வந்து கொண்டிருக்க வேண்டும்...'

என் படைத்தலைவர்களும், வீரர்களும் விதவிதமான வாள்களோடு காட்சி தருகின்றனர்.

'கல் தோன்றி மண்தோன்றாக் காலத்தே வாளோடு முன்தோன்றிய மூத்தகுடியினர் தமிழர்' என்ற சொற்றொடர்க்கு இப்போதுதான் பொருள் புரிகிறது.

– மற்றொரு காட்சி மாற்றம் –

நான்' இரவில் மாறுவேடத்தில் நகர்வலம் வருகிறேன். அறுவடை செய்யப்பட்ட அரிசி, கோதுமைகளை சேர்த்து வைக்கப்பட்ட வானுயர் கட்டடங்கள் மிகப் பெரிதாகக் காட்சியளிக்கின்றன. சாலைகளுக்கு இரண்டு வரிசையிலும் அளவெடுத்துத் திட்டமிட்டுக் கட்டப்பட்ட இரண்டு மாடி வீடுகள், நிலா ஒளியில் கண்ணைப் பறிக்கின்றன.

நிலத்திற்கு அடியில் கட்டப்பட்ட கழிவு நீரைக் கொண்டு செல்லும் வாய்க்கால்கள் ஒவ்வொரு வீட்டிலும் உள்ள குளியலறைகளையும், கழிவறைகளையும் இணைக்கின்றன.

எந்த வீட்டுக்கும் கதவு இல்லை. திருடன் இருந்தால்தானே கதவு வேண்டும்; எதிரியிருந்தால்தானே ஆயுதங்கள் வேண்டும். ஆயுதங்களுக்குக் குறைவில்லை தான்; காரணம் ஆரிய காட்டுமிராண்டிகள் மட்டுமல்ல மற்ற நாட்டிலிருந்தும் எதிரிகள் வருகின்றனர்.

எங்களுடைய சொத்துக்களையும் நாட்டையும் அபகரிக்க காடுகளிலேயே கூடாரமிட்டுள்ள ஆரிய குள்ளநரிகள் யாகங்கள் நடத்துகின்றனர்.

யாகத்திலே எரியும் தீக்கு பசுக்களும், குதிரைகளும் பலியாகின்றன. அவர்களுடைய 'அக்னி' பகவானுக்கு இப்படிப்பட்ட உயிர்களை அளித்தால் போரிலே அவர்களுக்குத்தான் வெற்றி கிடைக்குமாம்.

இந்த உயிர் பலிகளை நிறுத்த பெண் சேனாதிபதிகளின் தலைமையில் சிறுசிறு தமிழர் படைகள் விரைகின்றன.

மற்றொரு ஆரியர் கதையில் இப்படிப்பட்ட வீர செயல்களில் 'தாடகை' போன்ற பெண் சேனாதிபதிகள் கொல்லப்பட்டது நினைவிற்கு வருகிறது.

– மீண்டும் போர்க்களக் காட்சி தோன்றுகிறது...–

வெண்தோலைப் போர்த்திய ஆரியப்படைகளை சின்னா பின்னமாக்குகிறது என் படை.

எனக்கும் அந்த படையின் தலைவன் 'இந்திரனுக்கும்' கோரமான வாள்சண்டை நடக்கிறது.

அந்த இந்திரன் என் வாளுக்கு இரையாகிறான். மின்சாரம் தடை பட்டதுபோல் திடீரென்று இலையில் படங்களைக் காணவில்லை.

இதுவரை பேசாமலிருந்த நாடி ஜோதிடர் திடீரென்று கோரமாக கத்துகிறார், 'வரசினா' இப்போது கொன்றாயே அந்த 'இந்திரன்' அது நான்தான். அன்று என்னைக் கொன்றாய். இன்று உன்னைக் கொன்று முற்பிறவியின் கணக்கை இப்பிறவியில் தீர்த்துக் கொள்ளப்போகிறேன் என்று மறைத்து வைத்திருந்த வாளினை எடுத்துக் கொண்டு ஓடி வருகிறான்.

அதிர்ச்சியடைந்த நான் எழுந்து சாத்தியிருக்கும் கதவை நோக்கி ஓடுகிறேன்.

கதவு வெளியில் தாழ்பாள் போடப்பட்டுள்ளது. என் மனைவியும், மகளும் வெளியில் அமர்ந்துள்ளனர்.

கதவை தட்டி, என் மனைவியின் பெயரைச் சொல்லிக் கூப்பிட்டு கதவைத் திறக்கச் சொல்கிறேன். மீண்டும், மீண்டும் தட்டுகிறேன்...

– மீண்டும் காட்சி மாறுகிறது... –

"என்னாங்க, நான் அப்போவே சொன்னேன்... தூங்க போறதுக்கு முன்னாலே இப்படிப்பட்ட புத்தகங்களைப் படிக்காதீங்கண்ணு...

இப்போ பாருங்க, தூங்கிக்கிட்டிருக்கிற என்னை இப்படி போட்டு கிள்ளுறீருங்க, அடிக்கிறீங்க..." என்றது என் அன்பு மனைவிதான்.

என் பக்கத்தில் விரித்த நிலையில் கிடந்த 'அரப்பாவில் தமிழர் ஆட்சி' என்ற நூல் (திரு.குருவிக்கரம்பை வேலு எழுதியது) என்னைப் பார்த்து விழுந்து விழுந்து சிரித்துக் கொண்டிருந்தது.

'வரசினன்' பரம்பரை - மாகோ

49. பெண்களைக் கண்டாலே பயம்**

எனக்குத் திருமணம் ஆகும் வரை, எனக்குப் பெண்களைக் கண்டாலே ஒருவித பயம்.

நான் இரண்டாம் வகுப்பு படிக்கும்போது பள்ளி திருவள்ளுவர் ஆண்டு விழாவிற்கு ஒரு நாடகம் மேடையேறவிருந்தது. என் வகுப்பில் படித்த அருள் என்ற சிறுவன் 'கதாநாயகன்' பாகத்தில் நடித்தான்.

உடல்நிலை குறைவினால் பள்ளிக்கு வர முடியாமற்போகவே அவன் நடித்த பாகத்தில் நடிக்க அடியேன் சொந்தமாகவே முன்வந்தேன். என் நடிப்பு ஆசிரியர்களுக்கு மிகவும் பிடித்து விட்டது.

பெற்றோரை இழந்த 'கதாநாயகன்' அண்ணன், அண்ணியுடன் வாழ்ந்து வருகிறான்.

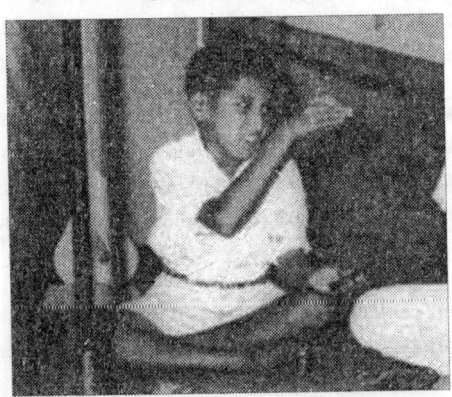

வில்லன் ஒருவன் சூழ்ச்சி செய்து அவனை அவன் அண்ணன், அண்ணியிடமிருந்து பிரித்து விடுகிறான்.

'கதாநாயகன்' பசியால் வாடி, தள்ளாடிக்கொண்டு தெருவில் போய்க்கொண்டிருக்கிறான். 'தாயும் சேயும் பிரிந்ததைப் பார் சதிகாரனாலே...' என்ற சி.எஸ்.ஜெயராமின் பாடல் பின்னணியில் ஒலிக்கிறது.

நாடகத்தைப் பார்த்தவர்கள் எல்லாரும் அழுது விட்டனராம்...

அந்நாடகத்தில் நடித்த எங்கள் நடிப்பை 'மாணவர் மணி மன்ற மலர்' எனும் நாளேட்டில் மிகவும் புகழ்ந்து எழுதியிருந்தார்கள்.

அதை எழுதிய ஒரு தமிழ் நாளேட்டின் நிருபர் எங்கள் நடிப்பு 'சிவாஜி, எம்.ஜி.ஆர்., எம்.ஆர்.இராதா' போன்றவர்களையே மிஞ்சி விட்டதாக எழுதியிருந்தார். அந்த நிருபர் எங்கள் பள்ளிக்கே வந்து அந்த நாளேட்டை என்னிடம் கொடுத்தார்.

அதைப் படித்த நான் 'சிவாஜி, எம்.ஜி.ஆர்., எம்.ஆர்.இராதா' இவர்கள் யார் என்று கேட்டேன். அவர்களும் எங்களைப் போல சிறப்பாக நடிப்பவர்கள் என்று மட்டும் கூறி விட்டுச் சென்று விட்டார்.

அதன்பின், பெரிய வகுப்புகளில் படித்துக் கொண்டிருந்த மாணவிகள் பள்ளி முடிந்து வீட்டிற்குப் போகும்போது என்னைப் பிடித்து வைத்துக்கொண்டு அந்நாடகத்தில் நடித்ததைப் போல வசனம் பேசி நடிக்கச் சொல்வார்கள். (Replay).

எனக்கு *8* வயதென்றால் அவர்களுக்கெல்லாம் 16க்கு மேலிருக்கும். அவர்கள் உருவத்தில் பெரியவர்கள். இதனால் அவர்களுக்குப் பயந்து நான் ஓடி ஒளிய வேண்டியதாயிற்று. பெண்கள் மேல் எனக்கு ஒருவித பயமும், வெறுப்பும் ஏற்பட்டது.

நான் திருமணம் செய்து கொண்ட பிறகுதான் பெண்கள் எல்லாரும் நல்லவர்கள் என்று தெரிந்து கொண்டேன்!! -மாகோ

50. நமக்கு என்ன தேவை? **

நம் இளைஞர்களின் சமுதாய பணி பற்றி பேச என்னை ஒருமுறை அழைத்திருந்தார்கள்.

முதலில் நம் இளைஞர்களுக்கு எது தேவை என்று கூற ஆசைப்பட்டேன்.

ஓர் ஆசிரியர் தன் மாணவனிடம், "இறைவன் உன் முன் தோன்றி உனக்கு மூன்று வரங்கள் தருகிறேன். எது வேண்டும் கேள் என்றால் நீ என்ன கேட்பாய்?" என்று கேட்டார்.

மாணவன் உடனே, "எனக்கு 'ஒரு பெரிய மாளிகை, உயர்தர வாகனம், பல கோடி பணம் ஆகியவை தேவை' என்று கேட்பேன்!" என்றான்.

ஆசிரியர், சிரித்து விட்டு "இறைவன் என்னைக் கேட்டால் எனக்கு அறிவு ஒன்று மட்டுமே போதும்" என்று கேட்பேன்" என்றார்.

மாணவன் அதற்கு "நம்மக் கிட்டே எது இல்லையோ அதைத்தானே கேட்கணும்!" என்று அடக்கமாக கூறினான்.

அதுபோல் அறிஞர் அண்ணா துரை நமது இனத்திற்கும், இளைஞர்களுக்கும் 'கடமை, கண்ணியம், கட்டுப்பாடு' ஆகியவை வேண்டும் என்று கேட்காத நாளே இல்லை.

உம்... (பெருமூச்சு) எப்போதுதான் கிடைக்குமோ...

51. 'ஆரா' – மின்காந்த சக்தி ***

ஒருவரின் உடலில் சூழ்ந்திருக்கும் மின் காந்த சக்தியை (Elector - magnetic energy) 'ஆரா' என்று அழைப்பர்.

செடி, கொடி, மிருகங்கள் போன்ற மற்ற உயிரினங்களுக்கும் இந்த ஒளி உண்டு. அந்த ஒளியில் அதிக வண்ணங்கள் இருக்காதாம்.

உயிரற்ற பொருட்களுக்கும் உண்டு. ஆனால் அவற்றின்மேல் உண்டாகும் ஒளியின் அளவில் மாற்றம் ஏற்படாது.

இந்த மின்காந்த சக்தியை கண்டுபிடிக்க சிறப்புப் படம் பிடிக்கும் (Kirlian photography) கருவி உதவுகிறது.

இக்கருவியால் எடுக்கப்படும் ஒருவரின் நிழல் படத்தில் காணப்படும் பல வண்ண ஒளிகளுக்கும் பொருள் உண்டு.

பொதுவாக உங்கள் உடலின் வலப்புறம் காணப்படும் ஒளி உங்களுக்குள் ஊடுருவும் சக்தி அல்லது உங்கள் எதிர்காலத்தை விவரிக்க உதவும் ஒளி.

உங்கள் உடலின் இடப்புறம் காணப்படும் ஒளி உங்களை விட்டு அகலும் சக்தி அல்லது உங்களின் கடந்த காலத்தை விளக்க உதவும் ஒளி.

உங்கள் தலைக்குமேல் காணப்படும் ஒளி, உங்களுடைய நிகழ்காலத்தைக் காட்டும் கண்ணாடி.

படம் எடுக்கப்படும் வேளையில் உங்கள் மன நிலை எப்படியிருக்கிறதோ அதற்குத் தகுந்தாற்போல ஒளியின் அளவு மாறுபடும்.

இது எப்படி இருக்கு?

படத்தில் காணப்படும் நல்ல ஒளியின் நிறங்கள் - சிகப்பு, ஆரஞ்சு, பச்சை, மஞ்சள், நீலம், வெள்ளை ஆகியவை.

இந்த வண்ணங்கள் ஒவ்வொன்றுக்கும் தனிக்குணங்கள் உண்டு. இவை அந்தந்த கோள்களின் குணங்களை ஒத்திருப்பது கூண்கூடு.

சிகப்பு – செவ்வாயின் குணங்கள் (வீரம், கோபம்)

ஆரஞ்சு – சந்திரனின் குணங்கள் (கற்பனை, கலை, பேச்சு)

மஞ்சள் – சூரியனின் குணங்கள் (தலைமை, ஆளுமை)

பொன்னிறமான ஒளி முக்தி பெற்றவர்களிடமும் மிகச் சிறந்த பக்தியாளர்களிடமும் காணப்படுகிறதாம். பல கடவுள்களின் தலைக்குப் பின்னாலும், அருட்பெரும் ஜோதி வள்ளலார், புத்தர், இயேசு போன்றவர்களின் தலைக்குப் பின்னும் இப்படிப்பட்ட ஒளியை ஓவியர்கள் வரைந்துள்ளனர். இதில் உண்மை இல்லாமல் இல்லை.

படிகங்களையும், அரிய கற்களையும் விற்கும் நிறுவனங்கள் இப்படிப்பட்ட படங்களை எடுத்து உங்களிடமுள்ள குறைநிறைகளை விளக்குகின்றன.

பெண்களை யாரும் புகழ்ந்து விட்டால் கேட்க வேண்டுமா? மகிழ்ச்சியில் அன்று அவர்களுக்குத் தூக்கமே வராது. யாரும் கோபமாகக் கடிந்து விட்டாலும் அப்படித்தான், அந்தக் கவலையில் தூக்கமும் போய் கண்ணீரும் மல்கி விடும்.

அதிகாலையில் வீட்டுமுன் அழகான கோலம் போடும் பெண்கள் மகிழ்வான, நிறைந்த மனதுடன் அன்று முழுதும் பவனி வருவர். கோலம் போடுவதில் செலுத்தும் கவனம் ஒரு 'குட்டி' தியானம் செய்வதற்கு ஈடானதாம். போட்ட கோலம் அழகாக அமைந்து விட்டால் அவர்களின் ஆனந்தம் அன்று இரவு முழுதும் அலைமோதும்.

'கோலம் போடுவது இயலாது. அது மத சார்பானது' என்று (தவறாகக்) கருதினாலும், கோலம் போட இடமில்லா விட்டாலும், அல்லது நேரமில்லா விட்டாலும் பரவாயில்லை. அதிகாலையில் அன்பான கணவன் மனைவியைப் பார்த்து ஆசையாக இரண்டு வார்த்தைகள் பேசினாலே போதும்.

அதன்பின் அந்தக் குறைகளை அகற்ற சில அரிய கற்களை வாங்கி அணிந்து கொள்ள அறிவுறுத்துகின்றன. மூன்று மாதங்களுக்குப் பின் மீண்டும் சென்றால் அதேபோல படங்கள் எடுக்கப்படுகின்றன. முன்னிருந்த குறைகள் அகன்று விட்டதற்கான ஆதாரமாக படத்தில் இருக்கும் ஒளியில் மாற்றம் காணப்படுகிறது.

வேறுசில நிறுவனங்கள், அவர்கள் தயாரித்த மருந்துகளை உண்டபின் ஒருவரின் நலம் சீரடைவதைக் காட்ட இந்த படங்களை ஆதாரமாகக் காட்டுகின்றனர்.

இவற்றில் எவ்வளவோ ஏமாற்றுவேலைகள் உண்டு. எல்லாவற்றையும் நம்பி விடாதீர்கள்.

இப்படிப்பட்ட கருவிகளைப் பயன்படுத்தாமல் ஒருவர் தன்னுடைய கண்களைக் கொண்டே இந்த ஒளியைக் காண முடியுமா? இயலும் என்று அடித்துக் கூறுகின்றனர் பல ஆராய்ச்சியாளர்கள். இதற்கும் யோகாசனம், தியானம் போன்ற பயிற்சிகள் தேவையாம்.

பிறந்த சில மாதங்களில் குழந்தைகள், சிலரைப் பார்த்து அழுவதும், முன்பின் தெரியாத சிலரிடம் தாவிச் சென்று ஒட்டிக் கொள்வதையும் கவனித்து இருப்பீர்கள். காரணம் குழந்தைகளுக்கு இந்த ஒளியைக் காண முடிகிறதாம். நமக்கே ஒரு சிலரைக் கண்டவுடன் ஒருவித ஈர்ப்போ அல்லது வெறுப்போ ஏற்படுவது உண்டல்லவா? கண்டதும் காதல் கொள்வதற்கு 'ஆரா'வும் ஒரு காரணமோ? உலகில் எத்தனையோ அதிசயங்களும் உண்மைகளும் புதைந்து கிடக்கின்றன. அதில் இந்த 'ஆரா'வும் ஒன்று. வேறு வேலையில்லாதவர்கள் இதையும் ஆராய்ந்து பார்க்கலாம்.

52 காட்டிக் கொடுப்போம் **

சிறு வயதில் இராமகிருஷ்ண மடத்திற்குச் சென்றேன். நான் அப்போது அந்த மடம் நடத்தி வந்த விவேகானந்தர் ஆரம்பப் பள்ளியில் படித்துக்கொண்டிருந்தேன்.

அங்குள்ள நூல் நிலையத்தில் கண்ணைக் கவரும் இந்து மத புத்தகங்கள் அப்படியே புதிதாக இருக்கும். (யாரும் படித்தால் தானே).

அப்போது திடீரென அங்கு ஓர் இந்திய சிறுவனை இரண்டு போலீசார்கள் துரத்தி வந்தனர். அவன் மடத்திற்குள் ஓடி வந்து ஒளிந்து கொண்டான். இதைக்கண்ட அங்கிருந்த மூன்று தமிழர்கள் போலீசுக்கு உதவியாக அந்த போலீசார்களைவிட வேகமாக ஓடிப்போய் அவனைக் கண்டுபிடித்துக் கொண்டு வந்து ஒப்படைத்தனர்.

சில ஆண்டுகளுக்குப் பின், ஒருநாள் ஒரு சீன காப்பிக் கடையில் பசியாறிக் கொண்டிருந்தேன். (காலைச் சிற்றுண்டி). அங்கிருந்த மற்ற அனைவருமே சீனர்கள்தாம்.

அப்போது திடீரென ஓர் இளைஞனை இரண்டு போலீசார்கள் துரத்தி வந்தனர். அவன் கடைக்குள் ஓடி வந்து ஒளிந்து கொண்டான். மற்ற எவரும், கடைக்குச் சொந்தக்காரரும்கூட, போலீசாருக்கு எந்த உதவியும் செய்யவில்லை. அவரவர் இருந்த இடத்திலேயே இருந்து நடப்பதைக் கவனித்தனர். போலீசாரும் அச்சிறுவனைப் பிடித்துக் கொண்டு போவதன் மூலம் தம் கடமையைச் செய்தனர்.

இது எப்படி இருக்கு?

ஒருநாள் என் போலீசு நண்பருடன் பேசிக் கொண்டிருந்தேன். அவர் ஓர் இரகசிய போலீசு அதிகாரி. அப்போது அவருக்கு தகவல் வந்தது.

அவரின் தொலைபேசி வழி ஒரு கொள்ளை சம்பந்தமாக தகவல் தந்த அவருடைய ஆளிடம் அந்தக் கொள்ளைக்கூட்டம் சீனர்களா, இந்தியர்களா என்று விவரம் கேட்டார். அதற்கு அவர் 'இந்தியர்கள் கூட்டம்' என்றார். நண்பருக்கு மட்டில்லா மகிழ்ச்சி. இன்னும் 24 மணி நேரத்தில் அவர்கள் அத்தனை பேரையும் கண்டு பிடித்து விடலாம் என்றார்.

காரணம் சீனர்கள் யாரையும் காட்டிக் கொடுப்பதில்லை. தத்தம் கடமைகளை கவனிப்பர். நம்மவர்கள் மற்றவர்களைக் காட்டிக் கொடுக்காமலிருப்பதில்லை.

எங்கள் பல இன சிங்கை சகோதரர்களிடையே காணப்படும் வேறுபாடுகள்:

விளையாட்டுகள்

எந்த தளதட (Field Sports) விளையாட்டா னாலும் இந்தியர்கள் நெடுநேரம் ஈடு கொடுப்பர். எ-கா: ஓட்டப்பந்தயம், கால் பந்து விளையாட்டு. ஆனால் நீர் விளை யாட்டுகளில் கோட்டை விட்டு விடுவர்.

சீனர்கள், நீர் விளையாட்டுகளில் அவர் களுக்கு நிகர் அவர்கள்தான். ஆனால், வெப்பம் நிறைந்த தளதட விளை யாட்டுகளில் பங்கெடுப்பது கடினம்.

மலாய்க்காரர்கள், இந்தியர்களுக்கும் சீனர் களுக்கும் இடைப்பட்டவர்கள். (ஆனால் மலாய்க்காரர்கள் கால்பந்து விளையாட்டுக் களை அதிகம் விரும்புகின்றனர்.)

53. அரிப்பும் – அதன் பலனும் *

நான் சொல்லப்போவதை மூடநம்பிக்கையாக சிலர் எண்ணலாம். உங்கள் அனுபவத்தில் இது பொருந்துமா என்று நீங்கள்தான் முடிவு செய்யவேண்டும்.

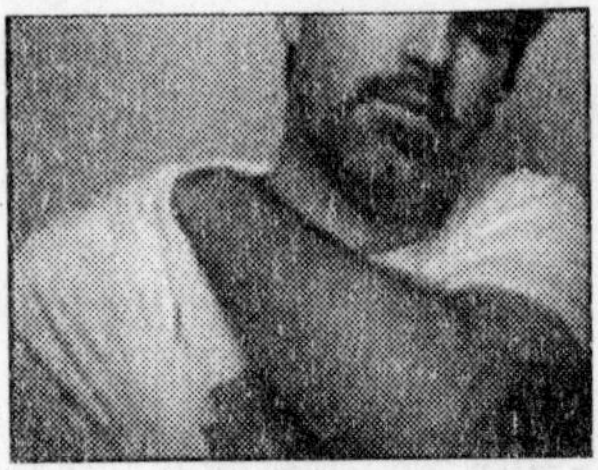

உலகத்தின் பல நாடுகளில் கீழ்க்கண்ட நம்பிக்கை நிலவி வருகிறது.

1. தலை உச்சியில் அரித்தால் – முன்னேற்றம் காத்திருக்கிறது. (ஆனால் ஒரு நிபந்தனை - உங்கள் தலையில் பொடுகு இருக்கக்கூடாது. தலைக்குள்ளே சொந்த மூளை இருக்க வேண்டும் என்று அவசியமுமில்லை).

2. வலது கண் – மகிழ்ச்சி காத்திருக்கிறது.

3. வலது தோள் – நல்ல செய்தி வரப்போகிறது.

4. வலது கையின் பின்புறம் – புது உறவு வரவு.

5. வலது உள்ளங்கை – பண வரவு.

6. மர்மப்பகுதி – (ச்சே முண்டம் குளிச்சியா? குளிச்சு எத்தனை நாளாச்சு? அப்படி தினம் குளிச்சிருந்தா...) வாழ்க்கையில் நல்ல மாற்றம் வரப்போகிறது.

8. வலது கால் – பயன் தரும் இலாபகரமான பயணம் காத்திருக்கிறது.

மேற்கண்ட அரிப்பு **இடது** பக்கம் ஏற்பட்டால் நேர்மாறான பலன் ஏற்படுமாம்.

சிலருக்கு இடது, வலது எது என்று தெரியாது. அப்படிப்பட்டவர்களுக்கு எங்கு அரித்தாலும் நல்லதே.

இது எப்படி இருக்கு?

54 தத்துவம் ****

இது அடியேனின் தத்துவம். நீங்கள் 'மாகோவின் தத்துவம்' என்றுகூட சொல்லி சிரிக்கலாம், சிந்திக்கலாம்.

நிலைகள் 4 வகைப்படும்:

1. முதல் நிலை அல்லது 'சிவ நிலை' *

பல மிருகங்களிடையே 'இனக்கலவையின்' போது காணப்படும் போக்கு. ஆண் புறாக்கள் ஒரு பெண் புறாவைச் சுற்றி சுற்றி வரும்; நடனம் ஆடும்; கூவும்; தன் கழுத்தருகே உள்ள இறக்கைகளை உப்ப வைத்துக் கொண்டு எப்போதையும்விட தான் அளவில் பெரிதாக இருப்பதாகக் காட்டிக் கொள்ளும்.

இறுதியாக, சிறந்த ஆண் புறாவுடன் பெண் புறா 'திருமணம்' செய்து கொள்ளும். மயில்களிடையேயும் இதைக் கண்கூட காணலாம்.

2. இரண்டாம் நிலை அல்லது 'சக்தி நிலை' **

இளவயது வாலிபர்கள் பெண்களைச் சுற்றி சுற்றி வருவர். வீரத்தைக் காட்டுவர்; தீரத்தைக் காட்டுவர்; இவர்களில் யாராவது ஒருவரைத் தான் பெண் விரும்புவாள். பெண்ணைக் கவர வேண்டியது நோயற்ற, திடமான, வீரமான ஆண்மகன்தான். அதுதான் இயற்கை நியதி. ஆனால், நோயில் இறக்கும் தருவாயில் உள்ள ஒருவனுடைய கவிதைத் திறத்தால் ஒரு பெண் அந்த வாலிபன் மேல் காதல் கொள்வாள்.

இரண்டாம் நிலையில் மனிதர்களுக்கென்றே உரிய 'மனம்' என்ற சக்தி அவர்களை இயற்கை பாதையிலிருந்து பிரிக்கிறது. இதனால் பல செயற்கையில் உருவான துன்பங்கள் ஏற்படுகின்றன.

3. மூன்றாம் நிலை அல்லது 'குரு நிலை' ***

கருத்தரிப்பதற்கு முன்னால் பல ஆண் விந்துக்கள் போட்டி போட்டுக்கொண்டு பெண் முட்டையை அடைய முந்தும். அவற்றுள் ஒன்றே ஒன்றுதான் இயற்கை விதித்தப் போட்டியில் வெல்லும். (இரண்டுக்குமேல் எப்போதாவது வெல்லும்)

எதுவுமே இயற்கைக்கு எதிராக நடப்பதில்லை.

'அவன்' வகுத்த வழியில்தான் மாக்கள் மட்டுமல்ல மக்களும் நடக்க வேண்டும்.

4. நான்காம் நிலை அல்லது 'ஞான நிலை' ****

எது நடந்ததோ அது சிறப்பாகவே நடந்தது. இப்போது என்ன நடந்து கொண்டிருக் கிறதோ அது சிறப்பாகவே நடந்து கொண்டிருக்கிறது. இனி நடக்கப்போவதும் சிறப்பாகவே நடக்கும். அனைத்துக்கும் இறைவனே முழுமுதற்காரணம் என்று திண்ணமாக நம்பும் மனநிலைதான் ஞானநிலை. இந்த மனநிலையில் உள்ளவர்கள் எது நடந்தாலும் பேசமாட்டார் கள். 3ஆம் நிலை எட்டும் வயதானவர்கள் பெரும்பாலோர்

4 ஆம் நிலை அடையாமல் முதல் நிலையான குழந்தை மனநிலைக்குச் சென்று விடுகின்றனர்.

55. தீபாவளி வந்தது **

தீபாவளி வந்து விட்டது. கணவன் கடன் வாங்கி வீட்டிற்கு வரவிருக்கும் விருந்தினர்களுக்கு பல விதமான மதுபானங்களையும் சேர்த்து விட்டான். அதற்கேற்றார் போன்ற விதவிதமான கோழி, ஆடு, மீன் இன்னும் பல பிரட்டல்கள் தயார். எல்லா இன நண்பர்களும் விருந்திற்கு அழைக்கப்பட்டுள்ளனர்.

கணவனுக்குத்தான் உண்மையான 'தீபாவளி'.வருபவர்கள் ஒருமுறை குடித்தாலும் வரும் அத்தனை பேர்களுடனும் மீண்டும் மீண்டும் குடிக்கக் கொடுத்து வைத்தவன்.

மனைவிக்கும் ஒரே ஆனந்தம். ஒவ்வொரு உறவினர், நண்பர் வீடாக தொலைபேசி மூலம் தொடர்பு கொண்டு எத்தனை மற்ற இன விருந்தினர்கள் விருந்திற்கு வந்தனர் என்று (ஒன்றுக்கு பலவாகத் திரித்து) சொல்லிக் கொண்டிருப்பாள்.

எவ்வளவுக்கு எவ்வளவு மற்ற இனத்தவர்களின் எண்ணிக்கை கூடுகிறதோ அவ்வளவுக்கவ்வளவு அக்குடும்பத்தின் மதிப்பீட்டு எண் உயர்கிறது.

தீபாவளியன்று தமிழர்கள் தம் உறவினர் வீட்டிற்கோ, தமிழ் நண்பர்கள் வீட்டிற்கோ செல்வது மிக அரிது.

தீபாவளி முடிந்து ஓரிரு வாரங்கள் கடந்துதான் அண்ணன் வீட்டிற்கோ, தாயார் இருக்கும் தமக்கை வீட்டிற்கோ தீபாவளி விருந்திற்கு வருவார்கள்.

முக்கியத் திருநாளான சீனப் புத்தாண்டின் முதல் நாள் உறவினர்களின் ஒன்று கூடல்.

நண்பர்கள், விருந்தாளிகள் போன்றவர்கள் உறவினர் களுக்குப் பின்னர்தான்.

நேரமிருந்தால் இரண்டாம் நாள்தான் நீங்கள் அழைக்கப் படுவீர்கள். நம்மவங்க வீட்டில் பரிமாறப்படுகிற உணவு, 'தண்ணி' (Wine, Beers, Whisky...) அதெல்லாம் கிடையாது. 'கோச்சி' எனப்படும் வறுக்கப்பட்ட பரங்கி விதையைத் தின்று விட்டு வருவர்.

தீபாவளியன்று, 'என் வீட்டுக்காரரர் ஏழெட்டு சீனப் பெரியவங்க வீட்டுக்கு விருந்துக்குப் போயிருக்காரு' என்று மனைவி அங்கலாய்த்துக் கொண்டு இருப்பாள்.

அவள் கணவன் 'என்னடா, இந்த வருசம் யாருமே என்னை வீட்டுக்கு அழைக்கல'ணு எங்காவது திறந்திருக்கிற இந்தியர் கோப்பிக் கடையில தலையில கையை வைத்துக் கொண்டு உட்கார்ந்திருப்பான்.

புதிய தமிழ்ச் சொற்கள்

வேகமான வளர்ச்சிக் கண்டுவரும் இன்றைய அறிவியல் உலகில் புகும் புதியவனவற்றுக்கு ஏற்ற நல்ல தமிழ்ச் சொற்களை உருவாக்குவது அவசியம். 'இணையம்' Internet, 'கேள்வி அறிவியல்' (Information Technology) போன்ற சொற்களை அடியேன் முன்மொழிய அவற்றை இன்று பல உலகத் தமிழர்கள் பயன்படுத்து வதைக் காண உள்ளம் பூரிக்கிறது.

56 தமிழ்க் கணினி கண்காட்சி ★

1980 களின் தொடக்கத்தில் பொது மக்களுக்காக ஒரு தமிழ்க் கணினிக் கண்காட்சியை நடத்தினோம்.

நடைபெற்ற இடம் 'பெக்கியோ சமூக நிலையம்'. இது குட்டி இந்தியாவின் அருகில் உள்ளது.

இதை நடத்திய அமைப்பு 'பெக்கியோ இந்தியர் பண்பாட்டுக்குழு.' இந்த குழுவினை ஆரம்பித்த அடியேனையே அக்குழுவிற்குத் தலைவனாகவும் அமர்த்தி விட்டார்கள்.

அக்கணினி காட்சியில் முக்கியமாக கணினி என்றால் என்ன, அது எப்படி வேலை செய்கிறது என்று அனைவருக்கும் விளக்கினோம்.

"இந்தக் கணினியைத் தொட்டு எல்லோரும் கன்னத்துல போட்டுக்குங்க. கணினி இல்லைன்னா உலகம் இல்லைங்கிற காலம் வரப்போகிறது" என்றேன்.

எல்லாரும் அதை உற்றுக் கவனித்தார்கள். ஒருவர் 'Mouse'சைக் காட்டி ஏன் இதற்கு வால் இருக்கிறது. இது என்ன என்று கேட்டார்.

"இந்தக் கணினியைத் தொட்டு கன்னத்துல போட்டுக்கச் சொன்னதற்குக் காரணம் இது வினாயகர் பெருமான்

மாதிரி. இக்கணினி (CPU) கணபதி என்றால் இதுதான் அவருடைய வாகனம் 'மூஞ்சூறு' (Mouse) என்றேன். அனைவரும் அதையே ஆச்சரியமாகப் பார்த்தனர்.

கணினியைப் பற்றித் தெரிந்தவர்களால் சிரிப்பை அடக்க முடியவில்லை. பிறகு 'எப்படி இவ்வளவு பொருத்தமாகக் கூறினீர்கள்' என்று கேட்டனர்.

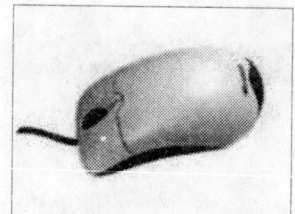 

ஒருவேளை இதுதான் உலகத்திலேயே நடத்தப்பட்ட முதல் தமிழ்க் கணினி கண்காட்சியும், விளக்கக் காட்சியுமாக இருக்க வேண்டும்.

□ □ □

பிற் சேர்க்கை

நல்லதொரு கருத்தும் சம்பவமும் பல மலேசிய தமிழன்பர்கள் தமிழ் கணினித்துறைக்கு பலதும் செய்திருக்கிறார்கள் என திரு. ஜேபி ஐயா அவர்கள் வானொலியில் கூறியிருந்தார்கள்.

எனக்கு தெரிந்து திரு முரசு புகழ் நெடுமாறனும் முகுந்தராஜுமே அறிமுகமானவர்கள் அல்லது புகழ் பெற்றவர்கள். மற்றவர்களைப் பற்றியும் அவர்களின் முயற்சி அல்லது அஸ்திவாரம் பற்றி யாராவது எழுத்தில் இணையத்தில் வடித்திருக்கிறார்களா? அவர்களுக்கு தமிழக அரசு இயந்திரங்கள் ஏதாவது கௌரவம் கொடுத்திருக்கிறார்களா? மேலதிக தகவல் யாராவது தந்தால் நல்லது. அவர்கள் சேவை மறக்கப்பட அனுமதிக்க முடியாது.

கொசுறு செய்தி ஒன்று... 1979களில் யாழ்ப்பாணம் நல்லூர் வைமன் வீதியில் தமிழ் கணினி சங்கம் ஒன்று ஆரம்பிக்கப்பட்டது. யார் ஆரம்பித்தார்கள் எதற்காக ஆரம்பித்தார்கள் என்ன செய்தார்கள் என்பது புரியாத வயது. எனினும் செய்தி மட்டும் ஆழமாக மனதில் பதிந்து இப்போது திரு. மாகோவின் செய்தியுடன் நினைவிற்கு வந்தது. 'Suratha'

□ □ □

57 வாரணம் ஆயிரம் - ஒரு மகளின் கடிதம் **

வாரணம் ஆயிரம் என்ற ஒரு தந்தையின் அன்பினை, அரவணைப்பினைச் சுற்றி எடுக்கப்பட்டத் தமிழ்ப் படம் பலரையும் கவர்ந்திருக்கிறது.

அந்த படத்தைப் பார்த்து, தன் தந்தையின் அன்பை நினைவுகூர்ந்து கண்ணீர் கசிந்தார் ஓர் இளம்பெண். இளகிய மனமும் அன்பே உருவாகக் கொண்டவர்கள் தானே பெண்கள்.

அதுமட்டுமல்ல, பலருக்கும் (அவளுடைய தந்தைக்கும்) போய்ச் சேரும் வண்ணம் மின் மடல்குழு வழி ஒரு மின்னஞ்சலை உடனே அனுப்பி வைத்தார்.

கடிதத்தைப் படித்த நான் மட்டுமல்ல, படித்த அனைவரும் உருகி விட்டதாக தெரிவித்தனர்.

அக்கடிதத்தின் தமிழாக்கம் இது.

(கீழே அந்த ஆங்கில கடிதமும் இணைக்கப்பட்டுள்ளது).

"...நான் எந்த சினிமாவையும் பார்த்து கண்ணீர் சிந்தியவள் அல்ல.

இந்த படத்தைப் பார்த்துவிட்டு கண்ணீர் சிந்தினேன் என்றால் அதற்கு எனக்குக் கிடைத்த ஒரு மாபெரும் தந்தைதான் காரணம்.

மற்ற குழந்தைகள்போல எனக்கும் என் தந்தைதான் என் முதல் சகலவல்லா தீரன். கூட்டமான இடங்களுக்கு என்னை (சிறு வயதில்தான்) அவர் தன் தலைமேல் தூக்கி வைத்துக்கொண்டு போவார். வகுப்பில் என்னைத் திட்டிக் கொண்டே இருந்த ஆசிரியரை நேரில் சென்று எச்சரித்து வந்தவர். என்னை எந்த நிலையிலும், வகையிலும் பாதுகாத்தவர்.

என் வயது இப்போது 25, என் எந்த தோழிகளுக்கும் என்னைப்போன்ற தந்தைகள் வாய்க்கவில்லை.

என் தந்தையைப் பற்றி அறிந்தோர் பலர். சிங்கப்பூர் தமிழர்களுக்கும், தமிழுக்கும் எவ்வளவோ தொண்டாற்றி யுள்ளார். அவர் எனக்கு சிறந்த நெருங்கிய நண்பர், மாபெரும் தந்தையும்கூட.

'என் கால் தரையில் படாமல் என்னை என் தந்தை வளர்த்தார்' என்று நான் எப்போதும் பெருமையாகச் சொல்வேன். அதுதான் உண்மையும்கூட. நான் பிறந்ததிலிருந்து இன்றுவரை நான் எங்கிருந்து அழைத்தாலும் (பொது வாகனங்கள் கிடைத்தாலும்) உடனே வந்து என்னை அவர் வாகனத்தில் அழைத்துச் செல்வார். சற்றும் சளைத்த தில்லை.

நான் அவரிடம் எதைப்பற்றியும், எந்த நேரத்திலும் உரையாட முடியும். நான் அவரிடம் எதுபேசினாலும் ஒரு நல்ல நண்பனைப்போல கவனமாகக் கேட்பார்.

எனக்கும் என் அண்ணன்மார்களுக்கும் அவர்தான் உந்துகோல். நாங்கள் கோடீஸ்வரர்களல்ல ஆனால் பலரும் மதிக்கும் தொழிலைச் செய்கிறோம் (இக்கடிதத்தை எழுதியவர் ஓர் ஆசிரியர்). தந்தையின் உதவியின்றி நாங்கள் இவற்றை அடையவில்லை. நான் என் இளம்பட்டகலையை (பி.ஏ.) முடிக்கப் போகின்றேன் (முடித்து விட்டார்). என் தந்தையை என் பட்டமளிப்பு விழாவிற்கு அழைத்துச் செல்ல காத்திருக் கிறேன். நான் கல்வியில் இதுபோன்ற பட்டங்களைப் பெற வேண்டும் என்பது அவரின் கனவுகளில் ஒன்று. அவர் ஆசைகளில் ஒன்றை நிறைவேற்றி அவரை பெருமைப் படுத்தியதில் எனக்கு மட்டற்ற மகிழ்ச்சியே.

அப்பா, என்னால் 'வாரணம் ஆயிரம்' போன்ற படம் ஒன்றினை எடுத்து உங்கள் அன்பு எப்படிப்பட்டது என்று காட்ட முடியாவிட்டாலும் இந்த கடிதம் வழி என் அன்பினை உங்களுக்கு தெரிவிக்கிறேன்.

அனைவரும் இந்த படத்தினை மறவாமல் பாருங்கள்."

ஆமாம், இந்த கடிதத்தை எனக்காக எழுதியவர் என் மகள்தான்.

இந்த கடிதத்தைப் படிக்கும்போதெல்லாம், என் கண்களில் பனித்துளிபோல நீர் சுரந்து கசிகிறது, இப்போதும்தான்.

இறைவன் அருளால் எனக்கு இப்படிப்பட்ட மகள் கிடைத்ததுபோல எல்லா பிள்ளைகளுக்கும் என்னைவிட இன்னும் சிறந்த தந்தை அமைய வேண்டும். என்னைப்போன்ற எல்லா தந்தைமார்களுக்கும் மிகச்சிறந்த அன்பே உருவான என் மகளையும், என் மகன்களையும்போல பிள்ளைச் செல்வங்கள் கிடைக்கவேண்டும். இதற்கெல்லாம் பின்னணியாக இருக்கும் ஈடுஇணையற்ற என் மனைவியைப்போல அனைத்துக் குழந்தைகளுக்கும் நல்ல அன்புத்தாயும் கிடைக்கவேண்டும் என இறைவனை வேண்டுகிறேன்.

இதோ என் மகள் எழுதிய ஆங்கில மின்மடல்:

அன்புடன் மாகோ.

(sent on 23.11.2008 thru Indians-sg@yahoogroups.com)

Vanakkam to one & all,

I watched Surya's 'Vaaranam Aayiram' yesterday. It is a movie dedicated to fathers. Fathers, the first hero in everyone's life. I left the theatre with a few drops of tears. Usually I don't like movies that make me tear but this time the feeling was different. The reason is that I have a great dad to be proud of too.

Just like everyone, my dad is my first hero. From carrying me on his head in a crowd to fighting with my teachers in school for scolding me unnecessarily, he has always been protecting and loving me in every way possible. I am in my mid twenties and have friends who come from different backgrounds. Some of them did not have their dad's presence in their lives since young. And trust me, there is a difference in the way they are, compared to those who have had supportive and loving dads who have always been there for them.

To all those young parents or parents to be out there, I hope that you will make an effort to be a father who provides the best he can, love them with all you have and of course, be a role model. My dad is quite a known figure in the Indian community in singapore. Many might have seen all his efforts in supporting tamil language but you may not know that he is a great father and a great friend too. I always say that 'en kaal tharaiyile padame en appa enna valartharu' because that's one of the things that he has always been doing. From the time I was born till now, if he is free and has a vehicle, he will come anywhere just to pick me up and not a single complain. I can talk to him about anything and he's always there as a friend to listen.

He has surely been a motivation in my brothers' life and mine. I hope he is proud of where the 3 of us are now.We are not millionaires but we are in our respective professions and working hard. If not for all that he has given us, we would not have come this far. I am completing my degree this year and I just can't wait to bring my dad for my graduation because this is one of his dreams and I'm glad that I'm able to do at least this bit to make him proud.

Appa, I can't make a movie like Vaaranam Aayiram to say how great you and how much we love you but hope this email brings the message. Last but not least, my wonderful dad is Captain Govindaraju and we love you appa!

Thanks for taking time to read my mail and do catch the movie in theatre. It's surely worth your 10 dollars. May be you can treat your dad to that movie k!

Have a blessed week ahead everyone!

G.Nithila

இது எப்படி இருக்கு?